കാറൽ മാർക്സ്
ജീവചരിത്രം

karal marx jeevacharithram

•

swadeshabhimani ramakrishnan pillai

•

first chintha edition
july 2014

•

second impression
january 2021

•

typesetting & published
chintha publishers, thiruvananthapuram

•

printed
repro india ltd, mumbai

•

cover
sudheer p y

•

price
rupees sixty only

വിതരണം

ദേശാഭിമാനി ബുക്ക് ഹൗസ്

H O തിരുവനന്തപുരം-695 035
phone: 0471-2303026, 6063026
www.chinthapublishers.com
chinthapublishers@gmail.com

ബ്രാഞ്ചുകൾ

ഹെഡ്ഡാഫീസ് ബ്രാഞ്ച് കുന്നുകുഴി • സ്റ്റാച്യു തിരുവനന്തപുരം • കെ എസ് ആർ ടി സി ബസ് സ്റ്റേഷൻ ആലപ്പുഴ • കെ എസ് ആർ ടി സി ബസ് സ്റ്റേഷൻ എറണാകുളം • മച്ചിങ്ങൽ ലെയ്ൻ തൃശൂർ • ഐ ജി റോഡ് കോഴിക്കോട് • മാവൂർ റോഡ് കോഴിക്കോട് • എൻ ജി ഒ യൂണിയൻ ബിൽഡിങ് കണ്ണൂർ • സെൻട്രൽ ബസ് ടെർമിനൽ കോംപ്ലക്സ് താവക്കര കണ്ണൂർ

CO - 1939 / 3290
ISBN - 978-93-83155-83-5

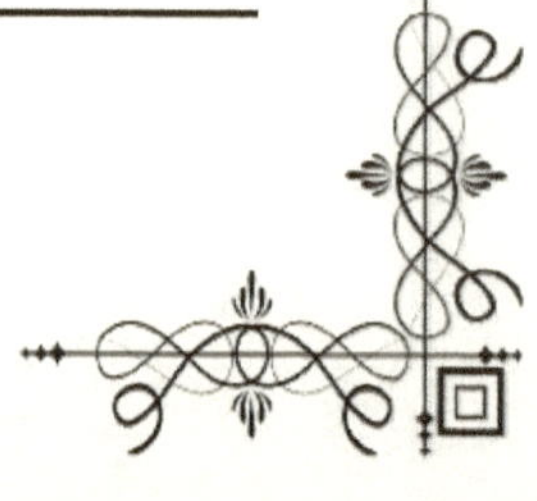

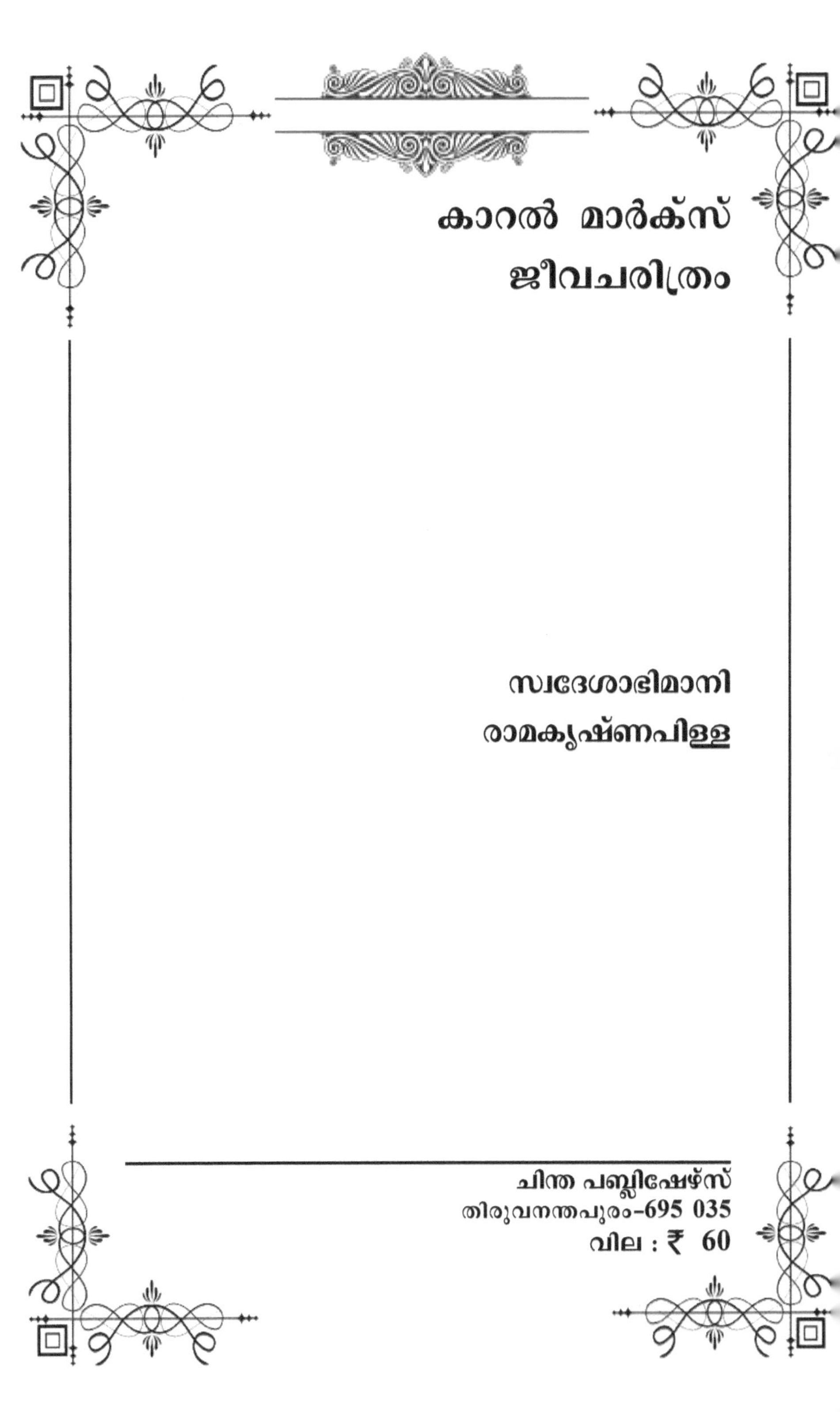

കാറൽ മാർക്സ്
ജീവചരിത്രം

സ്വദേശാഭിമാനി
രാമകൃഷ്ണപിള്ള

ചിന്ത പബ്ലിഷേഴ്സ്
തിരുവനന്തപുരം-695 035

വില : ₹ 60

കാറൽ മാർക്സിനെപ്പറ്റി ഇന്ത്യയിൽ ആദ്യമായി എഴുതപ്പെട്ട ഗ്രന്ഥമാണ് സ്വദേശാഭിമാനി രാമകൃ ഷ്ണപിള്ളയുടെ കാറൽ മാർക്സ് ജീവചരിത്രം.

റഷ്യൻ വിപ്ലവത്തിന് മുമ്പായിരുന്നു അതിന്റെ രചന. 1912 ൽ വരാൻ പോകുന്ന കാലഘട്ടത്തിൽ നിർണ്ണാ യകമാകും ഈ ജർമൻ ചിന്തകന്റെ ചിന്തകളെന്ന് തിരിച്ചറിയാനുള്ള ക്രാന്തദർശിത്വം രാമകൃഷ്ണപി ള്ളയ്ക്കുണ്ടായിരുന്നു.

വാർത്താവിനിമയ സംവിധാനങ്ങൾ പരിമിതമായ ഒരു കാലത്ത് കാറൽ മാർക്സിന്റെ ജീവിതത്തെ സമഗ്രമായി ഒരു ഗ്രന്ഥം രചിക്കാനും പ്രചരിപ്പിക്കാനും അദ്ദേഹത്തിന് കഴിഞ്ഞു.

മാർക്സിനെപ്പറ്റി പല പുസ്തകങ്ങളും ഉണ്ടായിട്ടു ണ്ടെങ്കിലും ഈ ആദ്യ പുസ്തകത്തിന്റെ പ്രാധാന്യം വിലമതിക്കാനാവാത്തതാണ്.

ലോകം മാർക്സിലേക്ക് പോകുന്ന ഈ കാലഘട്ട ത്തിൽ സ്വദേശാഭിമാനിയുടെ കാറൽ മാർക്സിന്റെ ചിന്ത പതിപ്പ് വായനക്കാർക്ക് മുമ്പിൽ സമർപ്പിക്കുന്നു.

ചിന്ത പബ്ലിഷേഴ്സ്

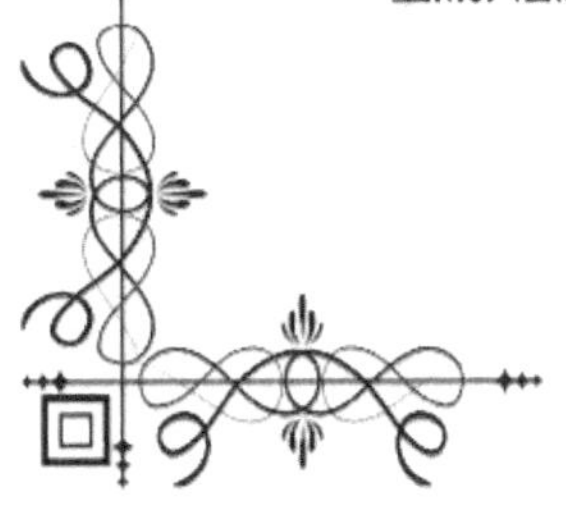

"**പഴയ** സാമൂഹ്യ ഘടനയിലെ വർഗ്ഗങ്ങൾ തമ്മി
ലുള്ള ഏറ്റുമുട്ടലുകൾ തൊഴിലാളിവർഗ്ഗത്തിന്റെ
വളർച്ചയെ പല പ്രകാരത്തിലും സഹായിക്കുന്നുണ്ട്.
ബൂർഷ്വാസി നിരന്തരമായ ഒരു സമരത്തിൽ ചെന്നു
പെട്ടിരിക്കുകയാണ്. ആദ്യം പ്രഭുവർഗ്ഗത്തോട്;
പിന്നീട് വ്യവസായ പുരോഗതിക്ക് വിഘാതമായ
താൽപ്പര്യമുള്ള, ബൂർഷ്വാസിയുടെ തന്നെ ചില വിഭാ
ഗങ്ങളോട്; എല്ലാ സമയത്തും അന്യരാജ്യങ്ങളിലെ
ബൂർഷ്വാസിയോട്. ഈ സമരങ്ങളിലെല്ലാംതന്നെ
തൊഴിലാളി വർഗ്ഗത്തോടുൽബോധനം ചെയ്യാനും
അതിന്റെ സഹായം തേടാനും അങ്ങനെ അതിനെ
രാഷ്ട്രീയരംഗത്ത് വലിച്ചുകൊണ്ടു വരാനും ബൂർ
ഷ്വാസി സ്വയം നിർബന്ധിതമാകുന്നു. അതുകൊണ്ട്,
തൊഴിലാളിവർഗ്ഗത്തിന് രാഷ്ട്രീയ വിദ്യാഭ്യാസത്തി
ന്റെയും സാമാന്യ വിദ്യാഭ്യാസത്തിന്റെയും ആദ്യ
പാഠങ്ങൾ നൽകുന്നത് ബൂർഷ്വാസി തന്നെയാണ്;
മറ്റൊരു വിധത്തിൽ പറയുകയാണെങ്കിൽ, ബൂർഷ്വാ
സിയാണ് തങ്ങളോട് പോരാടാൻ ആവശ്യമായ
ആയുധങ്ങൾ തൊഴിലാളിവർഗ്ഗത്തിന് നൽകുന്നത്".

കമ്യൂണിസ്റ്റ് മാനിഫെസ്റ്റോയിൽനിന്ന്

ശരീരാധ്വാനത്തെ ലഘൂകരിക്കുന്ന യന്ത്രങ്ങളും അവ വഴി യായി സമ്പത്തുൽപ്പാദകശക്തിയും വർദ്ധിച്ചു വന്നിട്ടും, ധനാഭി വൃദ്ധിയോടൊപ്പം കൂലിവേലക്കാരുടെ ദാരിദ്ര്യവും ക്ഷയിക്കാതെ നടന്നുപോരുന്നതിന്റെ കാരണമെന്തെന്നു അന്വേഷിപ്പാനും, അതിന്റെ നിവാരണോപായങ്ങൾ ചിന്തിപ്പാനും സ്വസുഖങ്ങളെ ത്യജിച്ച് ജീവിതയാപനം ചെയ്തിരുന്ന ഒരു മാതൃകാ പുരുഷനാ യിരുന്നു കാറൽ മാർക്സ്. ഈ മഹാന്റെ ജീവിത ചരിത്രം പാശ്ചാത്യ ജനങ്ങൾ അറിഞ്ഞിട്ടുള്ളേടത്തോളം ഇന്ത്യക്കാർ അറി ഞ്ഞിരിപ്പാൻ സംഗതിയില്ലെന്ന വസ്തുത വിചാരിച്ചു ആശ്ചര്യപ്പെ ടുവാനോ വ്യസനിപ്പാനോ അവകാശമില്ലെന്നിരുന്നാലും, മനുഷ്യ ലോകത്തിന്റെ കഷ്ടതകളെ കുറയ്ക്കുന്നതിനായി ഉത്സാഹിച്ചി രുന്ന ഈ പരോപകാരിയുടെ പുണ്യചരിതങ്ങൾ കേൾക്കു ന്നതുകൊണ്ട് ആർക്കും ധന്യരാകുവാൻ അവകാശമുണ്ട്. ധന വും ദാരിദ്ര്യവും തമ്മിലുള്ള വ്യത്യാസത്തെ തട്ടിക്കളഞ്ഞ് ലോകരെ സമീകരിപ്പാനായി പാശ്ചാത്യ രാജ്യങ്ങളിൽ പ്രധാന മായും ഭൂമിയിലെങ്ങും പൊതുവായും നടക്കുന്ന 'സോഷ്യലിസം' എന്ന ഏകയോഗ ക്ഷേമവാദത്തിന്റെയും കമ്യൂണിസം എന്ന സമഷ്ടി വാദത്തിന്റെയും ഉല്പത്തികർത്താവ് അല്ലെങ്കിൽ പ്രാരംഭ പ്രവർത്തകൻ ആയിരുന്ന മാർക്സിന്റെ ജീവിതത്തെ പ്രേരിപ്പിച്ച പ്രമാണം ഇപ്പോൾ ലോകമൊട്ടുക്ക് പരക്കെ സ്വീകരിക്കപ്പെട്ടു

കൊണ്ടിരിക്കുന്നതോർത്താൽ ഇദ്ദേഹത്തിന്റെ ആത്മത്യാഗത്തെ പ്പറ്റി ആർക്കുതന്നെ ബഹുമാനം തോന്നാതിരിക്കും?

ജർമൻ രാജ്യത്തിൽ റൈൻ പ്രോവിൻസസ് എന്ന സംസ്ഥാ നത്തിൽ റൈൻ നദിയുടെ പോഷക നദിയായ മോസലിന്റെ തീര ത്തുള്ള ട്രീവ്സ് (Treeves) എന്നു പേരായ പുരാതന നഗരിയിൽ ക്രിസ്ത്വാബ്ദം 1818 ൽ മേയ് മാസം 5-ന് ചൊവ്വാഴ്ചയായിരുന്നു കാറൽ മാർക്സിന്റെ ജനനം. മാർക്സിന്റെ അച്ഛൻ അന്നത്തെ കേൾവിപ്പെട്ട നിയമശാസ്ത്രജ്ഞന്മാരിലൊരാളായിരുന്നു. ഇദ്ദേഹം ജനനാൽ യഹൂദ മതക്കാരനായിരുന്നു. എങ്കിലും അചിരേണ ക്രിസ്തുമതത്തെ അംഗീകരിച്ചിരുന്നു. പുത്രന്മാരിൽ വച്ച് ഏറെ പ്രതിഭാശാലിയായിരുന്ന കാറലിനെ കുറിച്ച് ഇദ്ദേഹത്തിന് പ്രത്യേകം താൽപ്പര്യമുണ്ടായിരുന്നു. കാറൽ വളരെ ഉന്നതമായ നിലയിൽ എത്തുമെന്നും പിതാവ് ആശിച്ചിരുന്നു. അതിനാൽ കാറലിനെ വിശിഷ്ടമായ ഒരു തൊഴിലിലേക്ക് യോഗ്യനാക്കുവാൻ തക്കവണ്ണം വേദാന്തവും, ധർമ്മശാസ്ത്രവും അഭ്യസിപ്പിക്കുന്ന തിനായി ബോൺ എന്നും ബർലിൻ എന്നും സ്ഥലങ്ങളിലെ സര സ്വതീമണ്ഡലങ്ങളിൽ അയച്ചു. എന്നാൽ വിചിത്രമതിയായ ആ ബാലൻ കവിതയെഴുതുവാനും, നോവൽ (ആഖ്യായിക) സൃഷ്ടി പ്പാനും സമയം ചിലവാക്കുകയും, ഒടുവിൽ കവിതയെഴുത്തിനും തനിക്കുമായി ചേർച്ചയില്ലെന്നു കണ്ട് അതുപേക്ഷിക്കുകയും ചെയ്തു. അതിനുശേഷം വേദാന്തപാരായണത്തിനായി ഉത്സാഹി ച്ചു. ഹെജൽ (Hegel) എന്ന വേദാന്തിയുടെ സിദ്ധാന്തങ്ങളെ പിൻതുടർന്നു എന്നാലും ഹെജലിന്റെ അഭിപ്രായങ്ങളെയെല്ലാം അന്ധതയോടുകൂടി കൈക്കൊള്ളുന്നതിനു പകരം ത്യാജ്യഗ്രാഹ്യ വിവേചനം ചെയ്യുകയും ആ വേദാന്തിയുടെ ഐഡലിസം (Ide-alism) എന്ന ബ്രഹ്മശൂന്യവാദത്തെ ത്യജിക്കുകയും ചെയ്തിരു ന്നു. ഈ നാനാമുഖമായ പഠിപ്പുകൊണ്ട് കാറലിന്റെ മനസ്സ് ഇക്കാ ലത്ത് അസാമാന്യമായ വിധത്തിൽ ക്ലേശപ്പെട്ടു. എന്നാൽ കാറലിന്റെ വേദാന്ത സിദ്ധാന്തങ്ങൾക്ക് ഇക്കാലത്തിനിടയിൽ ഒരു മാതിരി ഇരുത്തം വന്നു. മകന്റെ വേദാന്തവാദങ്ങൾ കേട്ടു പിതാവ് വളരെ മുഷിഞ്ഞു. തന്റെ മകൻ, ലോകത്തിൽ ധനം നേടി പ്രബ ലനായിരിക്കാൻ നോക്കുന്നതിനു പകരം, വേദാന്തിയായി മനോ രാജ്യം കൊണ്ടു ജീവിതം പാഴിലാക്കുന്നുവല്ലോ, എന്ന വ്യസ നവും പിതാവിനുണ്ടായിരുന്നു. പിതാവ് പുത്രന് അയച്ചിരുന്ന ഒരു കത്തിൽ ധനത്തിന്റെ കാര്യത്തെപ്പറ്റി ഇങ്ങനെ പറഞ്ഞിരുന്നു.

"......ഒരേ ഒരു വിഷയത്തെപ്പറ്റിയേ നിന്റെ അഭിപ്രായങ്ങൾ

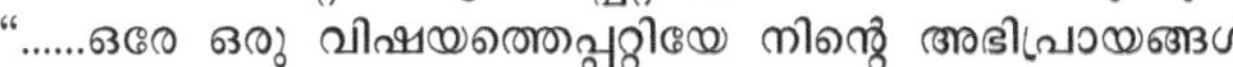

ഞാനറിയാതുള്ളൂ. ആ വിഷയത്തിൽ നിന്റെ അഭിപ്രായമെന്തെന്നു നീ പറയുന്നുമില്ല. മറ്റൊരു കാര്യത്തെക്കുറിച്ചുമല്ല ഞാൻ പറയു ന്നത്, ആ നിന്ദിക്കപ്പെട്ടിരിക്കുന്ന ധനത്തെക്കുറിച്ചു മാത്രം......ഒരു ഗൃഹസ്ഥനു അത്രെത്രയോ വിലയേറിയതാണെന്നു നീ ധരിച്ചിട്ടു ള്ളതായി തോന്നുന്നില്ല.....നീ പറയുന്ന തത്വങ്ങളൊന്നും എനിക്കു മനസ്സിലാകുന്നില്ലെന്നു നീ അബദ്ധമായി വിചാരിച്ചു കൊള്ളുന്നു മുണ്ട്”

........ഇതുകൊണ്ടൊന്നും കാറൽ തന്റെ പദ്ധതിയിൽ നിന്നും പിന്തിരിഞ്ഞില്ല. ആ യുവാവ് വേദാന്തത്തിലും രാജ്യമീമാംസയിലും ചാടി നീന്തിത്തുടങ്ങിയിരുന്നതിനാൽ ജനസമുദായത്തിനു വിപ്ല വകരമായ പുതിയ അഭിപ്രായങ്ങൾ ഉപദേശിക്കുന്ന ഒരു പ്രബന്ധം എഴുതുക കൂടി ചെയ്തു. ഡോക്ടർ എന്ന പദവിക്കായി താൻ ചെയ്തിരുന്ന ശ്രമങ്ങൾ ഈ പ്രബന്ധം നിമിത്തം നിഷ്ഫ ലമാവുമെന്നു കൂടെ ശങ്കിക്കപ്പെട്ടിരുന്നു. രാജ്യ ഭരണാധികൃത ന്മാർക്കു കാറലിന്റെ പേരിൽ അതൃപ്തി തോന്നിയതിനാൽ, സർവ്വ കലാശാലയിൽ എങ്ങാനും ഒരു ‘പ്രൊഫസർ’ ആകാനുള്ള ഭാഗ്യവും അസ്തമിക്കാറായി. മകന്റെ ഈ വക പ്രസ്ഥാനങ്ങൾ കണ്ട് അച്ഛൻ എത്രയേറെ വിഷാദം പൂണ്ടു എന്നു വിസ്തരി ക്കേണ്ട ആവശ്യമില്ലല്ലോ. മാതാവിന്റെ വ്യസനം അതിലിരട്ടിയാ യിരുന്നു. മകൻ നല്ലൊരു തൊഴിലിൽ പ്രവേശിച്ചു ധനം സമ്പാ ദിച്ചു ഉയർന്ന നിലയിലെത്തിയിരിക്കുന്നതു കാണ്മാൻ കൊതിച്ചി രുന്ന മാതാവിനു, തന്റെ ആശകളെല്ലാം നിഷ്ഫലമായി, എന്നു ബോധ്യപ്പെട്ടു. മാതാപിതാക്കന്മാരുടെ വാത്സല്യപൂർവമായ അന്വേ ഷണവും മകന്റെ മദോല്ലാസകലിതമായ മനോരാജ്യ സങ്കല്പ ങ്ങളും തമ്മിൽ ഇടയുകയും, മകൻ മാതാപിതാക്കന്മാരുടെ ഹൃദ യത്തെ നാനാ വ്യഥകളുടെ രണാങ്കണമാക്കുകയും ചെയ്തു എന്നു പറഞ്ഞാൽ മതിയല്ലോ. എന്നാൽ, കാറൽ തന്റെ മാതാപി താക്കന്മാർക്കും ബന്ധുക്കൾക്കും വ്യഥ ഉണ്ടാക്കിയെങ്കിൽ ലോകർക്കു സന്തോഷവാർത്ത അറിയിക്കുന്നവനായിത്തീരുകയും ചെയ്തു. കുടുംബത്തിനുണ്ടായ നഷ്ടം ലോകത്തിനു ലാഭമാ യി, എന്നു അനന്തരചരിത്രം തെളിയിക്കുന്നതാകുന്നു.

കാറൽ മാർക്സിന്റെ വിദ്യാഭ്യാസ ദശ കൗതുകകരമായി രുന്നു എങ്കിൽ, വിവാഹം അതിലേറെ സ്മരണീയമായിരുന്നു. കുട്ടി ക്കാലത്ത് ഒന്നിച്ചു കളിച്ചു വളർന്നിരുന്ന ജോഹനബേർതാജുലി ജെന്നി എന്ന സുന്ദരിയായ ഒരു യുവതി മാർക്സിനെ തന്റെ പ്രേമ ഭാജനമായി കരുതിയിരുന്നു. ഈ സ്ത്രീരത്നം ധനം കൊണ്ടും

വംശശ്രേഷ്ഠതകൊണ്ടും പ്രബലമായ ഒരു പ്രഭു കുടുംബത്തിൽ ജനിച്ചവളും, വരനായ മാർക്സ് നിർധനനായ ഒരു ഗ്രാഡ്വേറ്റും ആയിരുന്നതുകൊണ്ട്, അവർ തമ്മിൽ സാമുദായമായ സ്ഥാന ത്തിൽ വളരെ അകന്നിരുന്നു. എങ്കിലും അവരുടെ അനുരാഗത്തെ ഭഞ്ജിപ്പാൻ ഏതു ഭൗതിക ശക്തിക്കും സാധ്യമായിരുന്നില്ല. വിവാഹം എത്രയും കൃതാർത്ഥതാജനകമായിരുന്നു എന്നത് അവ രുടെ ജീവിതം തന്നെ ദൃഷ്ടാന്തപ്പെടുത്തി. മാർക്സിന്റെ സമവി ഷമദശകളിലൊക്കെ ജെന്നിയും, ഭർത്താവിനെ അനുഗമിച്ചിരുന്നു. ജന്മനാ തനിക്കു ലഭിച്ചിരുന്ന സമ്പദ്സുഖങ്ങളെ ത്യജിച്ച് ഭർത്താ വൊന്നിച്ചു ദരിദ്രന്മാരായ കൂലിവേലക്കാരുടെ അഭ്യുദയത്തിനായി ഉത്സാഹിച്ചിരുന്ന ഈ സ്ത്രീരത്നം മുപ്പത്തിയെട്ടു കൊല്ലം കഴിഞ്ഞു മൃത്യു അവരെ തമ്മിൽ പിരിക്കുംവരെ, ഭർത്താവിന്റെ കഷ്ടനഷ്ടങ്ങളിൽ ഭാഗഭാക്കായിരുന്നുതന്നേ തന്റെ ജന്മത്തിനു സാഫല്യം നൽകി.

മാർക്സിനു ഈ കാലത്തു നിത്യത കഴിപ്പാനുള്ള മാർഗ്ഗം രാജ്യകാര്യങ്ങൾ പ്രതിപാദിക്കുന്ന വർത്തമാനപത്രങ്ങൾക്കു ഉപ ന്യാസങ്ങൾ എഴുതിക്കൊടുക്കുകയായിരുന്നു. ഈ വഴിക്കു തന്റെ ഉപജീവനത്തിനുള്ള വക ഉണ്ടാക്കിയതിനും പുറമേ, രാജ്യതന്ത്രം സംബന്ധിച്ചു തനിക്കുള്ള അഭിപ്രായങ്ങളെ ജനങ്ങളുടെയിടയിൽ പ്രചാരപ്പെടുത്തുന്നതിനും സാധിച്ചു. ജർമനിയുടെ അവസ്ഥ ഈ സമയം വളരെ വികൃതപ്പെട്ടതായിരുന്നു. ഭരണത്തിനു ചുമതല പ്പെട്ട ഉദ്യോഗസ്ഥന്മാർ സ്വേച്ഛാധികാരം നടത്തിയിരുന്നു. ഇവ രുടെ തലവനായി നിന്നിരുന്നതു പ്രഷ്യയിലെ രാജാവുമായിരു ന്നു. ജനങ്ങൾക്കു സ്വാതന്ത്ര്യമെന്നത് അനുവദിച്ചിരുന്നില്ല. പ്രജ കളുടെ ഹിതവും ഇച്ഛയും അനുസരിച്ചു ഭരണം നടത്തുന്നതി നായി ചില വ്യവസ്ഥകൾ ചെയ്യാൻ ശ്രമിച്ചിരുന്നതൊന്നും ഫലി ച്ചിരുന്നില്ല. ജർമനിക്കുള്ളിൽ തന്നെ പല ചെറിയ സംസ്ഥാനങ്ങൾ ഇതേവിധം സ്വേച്ഛരാപ്രഭുത്വത്തോടെ ഭരിക്കപ്പെട്ടിരുന്നു. പ്രജ കളുടെ ക്ഷേമത്തിനു യാതൊരാൾക്കും ചുമതലയില്ലെന്ന പ്രകാ രത്തിൽ തോന്നിയാഭാസമായി നടത്തിവന്ന ഈ ഭരണ സമ്പ്രദാ യത്തെ അടിച്ചുടച്ചു വാർക്കണമെന്നു ജർമനിയിലെ വിജ്ഞന്മാ രിൽ മുമ്പന്മാരൊക്കെ ആഗ്രഹിക്കുകയും, അതിലേക്കായി ഉദ്യ മിക്കുകയും ചെയ്തു. ഇവരുടെ കൂട്ടത്തിൽ മാർക്സും ചേർന്നു. മാർക്സ് "റെനിഷ് സെയറ്റങ്" (റെനിഷ് ഗജറ്റ്) എന്ന പത്രിക യിൽ രാജ്യതന്ത്രവിഷയമായി എഴുതിവന്ന ഉപന്യാസങ്ങൾ ജന ങ്ങളുടെ ശ്രദ്ധയെ ആകർഷിച്ചു. ഏറെ താമസിയാതെ മാർക്സിനു

മേൽപ്പടി പത്രികയുടെ അധിപസ്ഥാനം ലഭിക്കുകയും മാർക്സ് അതിനെ അത്യന്തം ധൈര്യത്തോടും സാമർത്ഥ്യത്തോടും കൂടി നടത്തിക്കൊണ്ടുപോകുകയും ചെയ്തു. എന്നാൽ ഗവർമേണ്ടിന്റെ നടപടികളിൽ ആക്ഷേപം പറഞ്ഞു എഴുതിയിരുന്ന അതിപരുഷ ങ്ങളായ ഉപന്യാസങ്ങൾ നിമിത്തം, മാർക്സിന്റെ പേരിൽ പോലീ സുകാർ മേൽപ്പടി പത്രികയെ മുടക്കം ചെയ്തു. മാർക്സ് ഈ സംഭവത്തെക്കുറിച്ചു തന്റെ ചങ്ങാതിയായ റൂജിനു ഇപ്രകാരം എഴുതി: ഉൽപ്രതിഷ്ണുവേഷം ഇതാ മാറിപ്പോയിരിക്കുന്നു. സ്വേച്ഛാപ്രഭുത്വം അതിന്റെ സർവ്വശക്തികളോടു കൂടി ലോകരുടെ അവലോകനത്തിനായി ഇതാ നഗ്നവേഷത്തിൽ നിൽക്കുന്നു-" ഇതിന് റൂജ് മറുപടി നൽകി; "ഒന്നുരണ്ടു ഉദ്യോഗസ്ഥന്മാർക്കു വേണ്ടിയോ രാജാവിനു വേണ്ടിത്തന്നെയോ, ജർമനിയിലെ വർത്ത മാനപത്രങ്ങളൊക്കെ മുടക്കം ചെയ്യാൻ കഴിയുകയില്ല……പത്രകാ ര്യത്തിൽ പുതിയ പോർക്കളം ഏർപ്പെടുത്തണമെന്നു ആഗ്രഹമു ണ്ടെങ്കിൽ, ജർമനിക്കു പുറമേ പോയി കാര്യം സാധിക്കുവാനേ നിവൃത്തിമാർഗ്ഗമുള്ളൂ."

ജർമനിയിലിരുന്നുകൊണ്ടു ഗവർമേണ്ടിന്റെ ന്യൂനതകളെ ചുണ്ടിപ്പറവാൻ സൗകര്യമില്ലെന്നു മാർക്സിനു മനസ്സിലായി. മാർക്സിനു പരന്ത്രീസ് വിദ്വാന്മാരുടെ ചില അഭിപ്രായങ്ങളിൽ മുമ്പതന്നെ താൽപ്പര്യം മുളച്ചിരുന്നു. യൂറോപ്പിലെ കൂലിവേലക്കാ രുടെ ദാരിദ്ര്യത്തെ പരിഹരിപ്പാൻ 'കമ്മ്യൂണിസം' എന്ന സമഷ്ടി വാദമാണ് ഉത്തമമായ ചികിത്സാമാർഗ്ഗമെന്നു ആ പരന്ത്രീസ് വിദ്വാന്മാർക്ക് അഭിപ്രായമായിരുന്നു. ഈ സിദ്ധാന്തം മാർക്സിന്റെ മനസ്സിൽ നല്ലവണ്ണം പതിഞ്ഞു. രാജ്യകാര്യങ്ങളിൽ പ്രജാ സ്വാതന്ത്ര്യാധികാരം സിദ്ധിക്കുന്നതിനു ഉത്സാഹിക്കുന്ന തിനോടൊപ്പം ദരിദ്രന്മാരായ കൂലിവേലക്കാരുടെയും, കൃഷിപ്പണി ക്കാരുടെയും, ക്ലേശമോചനത്തിനു വേണ്ടുന്ന ധനകാര്യ വ്യവ സ്ഥകൾ കൂടി ചെയ്യേണ്ടതു അത്യന്തം ആവശ്യകമാണെന്നു മാർക്സിനു ബോധപ്പെട്ടു. അതിന്മണ്ണം, പരന്ത്രീസ് സമഷ്ടിവാദ ക്കാരുടെ സിദ്ധാന്തങ്ങളെയും അർത്ഥശാസ്ത്ര തത്വങ്ങളെയും പഠിപ്പിക്കാനും നിശ്ചയിച്ചു. ഈ ഉദ്ദേശ്യത്തോടുകൂടി മാർക്സ്, ജർമൻ രാജ്യത്തെ വെടിഞ്ഞു. പാരീസ് നഗരത്തിലേക്കു പോയി; അവിടെ ചെന്നെത്തിയപ്പോൾ തുടങ്ങി, മാർക്സ് തന്റെ ജീവിത ത്തിൽ ഒരു നവീന ദശയെ പ്രാപിച്ചു.

എന്നാൽ പാരീസിൽ ചെന്ന് പരന്ത്രീസുകാരുടെ സമഷ്ടി വാദതത്വങ്ങൾ പഠിക്ക മാത്രമല്ല ചെയ്തത്; ജർമൻ രാജ്യകാര്യ

ങ്ങളെ 'എററിവെള്ളാവി വെപ്പാന്‍' പാരീസില്‍ തന്നെ പുറപ്പെടു
വിച്ചിരുന്ന 'വര്‍വര്‍ട്ടസ് (   ) എന്നൊരു പുതിയ പത്രികയുടെ
അധിപസ്ഥാനവും മാര്‍ക്സ് കൈയേറ്റു. പ്രഷ്യന്‍ ഗവര്‍മേണ്ടിന്റെ
മേല്‍, മുമ്പു വര്‍ഷിച്ചിരുന്ന മര്‍മഭേദകങ്ങളായ ആക്ഷേപശരങ്ങള്‍
വീണ്ടും പെയ്തുതുടങ്ങി. പ്രഷ്യയിലെ സ്വേച്ഛാചാരികളായ
ഉദ്യോഗസ്ഥന്മാര്‍ക്ക് ഈ വിഷലിപ്തങ്ങളായ ശരങ്ങളെ സഹി
പ്പാന്‍ ശക്തി ഉണ്ടായിരുന്നില്ല. പ്രഷ്യാ ഗവര്‍മേണ്ടു, അടക്കം ചെയ്യ
ണമെന്നും, പരന്ത്രീസു രാജ്യം ഇക്കാലത്തു തീരെ ദുഷിതചരി
തനായ ലൂയി ഫിലിപ്പ് എന്ന രാജാവിന്റെ ആധിപത്യത്തിങ്കീഴി
ലായിരുന്നതുകൊണ്ട്, പ്രഷ്യന്‍ ഗവര്‍മേണ്ടിന്റെ അപേക്ഷ പാഴാ
യിപ്പോയില്ല. 1845 ജനുവരി മാസത്തില്‍, പരന്ത്രീസുമന്ത്രി,
മാര്‍ക്സിനെയും മേല്‍പ്പടി പത്രികയ്ക്കു ഉപന്യാസങ്ങളെഴുതി
ക്കൊടുത്തുകൊണ്ടിരുന്ന മറ്റു ചിലരെയും പാരീസില്‍ നിന്നും
ബഹിഷ്കരിച്ചു. മാര്‍ക്സ് തന്റെ ഭാര്യയോടും കുട്ടിയോടുമൊന്നിച്ചു
ബ്രസല്‍സിലേക്കു പോയി; ബെല്‍ജിയം രാജ്യത്തിന്റെ തലസ്ഥാ
നമായ ആ നഗരിയില്‍ മൂന്നു കൊല്ലക്കാലം പാര്‍ത്തു. ഇക്കാല
ങ്ങളില്‍ മാര്‍ക്സിനു ജര്‍മനിയില്‍ നിന്നും രാജ്യകാര്യമിടപെട്ടു
ബഹിഷ്കരിക്കപ്പെട്ടിരുന്ന ചില ജര്‍മന്‍ ചങ്ങാതിമാരും ആ നഗ
രിയില്‍ കൂട്ടുകാരായിട്ടുണ്ടായിരുന്നു. ബ്രസല്‍സില്‍ പാര്‍ത്തിരുന്ന
കാലത്തായിരുന്നു മാര്‍ക്സിനു ജര്‍മന്‍ സമഷ്ടിവാദക്കാരുമായി
അധികം അടുത്ത കൂട്ടുകെട്ടുണ്ടാവാനും യൂറോപ്പില്‍ വങ്കരയിലെ
സമഷ്ടിവാദക്കാരുടെയൊക്കെ ഒത്താശ സമ്പാദിപ്പാനും സംഗ
തിയായത്.'ജര്‍മന്‍ വൊര്‍ക്കിങ്മെന്‍സ് ക്ലബ്ബ്' എന്നു പേരായി
ജര്‍മന്‍ കൂലിവേലക്കാരുടെ വകയായ ഒരു സംഘം സ്ഥാപിച്ച
തിനും പുറമേ ജര്‍മനിയില്‍ നിന്നു നിഷ്കാസിതന്മാരായ ജര്‍മന്‍
ആ നഗരിയില്‍ നടത്തിവന്ന 'ഡൊച്ച് ബ്രുസൈലര്‍ സെററണ്ട്'
എന്ന പത്രികയുടെ ആധിപത്യവും മാര്‍ക്സ് കൈവശപ്പെടുത്തി.
പരന്ത്രീസുരാജ്യത്തും ജര്‍മനിയിലുമുള്ള ഉല്‍പ്രതിഷ്ണുക്കളായ
രാജ്യകാര്യ പരായണന്മാരുമായി, മാര്‍ക്സ് നിരന്തരം കത്തെട
പാടുകള്‍ നടത്തുകയും; കൂലിവേക്കാരെ വിളിച്ചുകൂട്ടി അവരോടു
അര്‍ത്ഥശാസ്ത്ര തത്വങ്ങളെപ്പറ്റി പ്രസംഗിക്കുകയും ചെയ്തിരു
ന്നു. പലേടങ്ങളിലായി ചിന്നിച്ചിതറിക്കിടന്ന സമഷ്ടിവാദ സംഘ
ങ്ങളെയൊക്കെ ഒരുമിപ്പിക്കാനും മാര്‍ക്സ് ഉത്സാഹിച്ചിരുന്നു. ലണ്ട
നിലെ ജര്‍മന്‍ സമഷ്ടിവാദ സംഘക്കാരുമായി കത്തെടപാടുകള്‍
ചെയ്യുകയും അവരുടെ തലസ്ഥാനം ബ്രസല്‍സിലാക്കിയാല്‍
തനിക്കു നേരിട്ട് അന്വേഷിപ്പാന്‍ കഴിയുമെന്നു അവരെ ബോധ്യ

പ്പെടുത്തുകയും ചെയ്തു. ഇതും സാധിച്ചതിന് ശേഷം, മാർക്സ്, ഒരു കമ്മ്യൂണിസ്റ്റ് ലീഗ് (സമഷ്ടിവാദ ചങ്ങാത്തം) സ്ഥാപിക്കു കയും ഇന്നും പ്രഖ്യാതമായിട്ടുള്ള 'കമ്യൂണിസ്റ്റു മാനിഫെസ്റ്റോ' എന്ന വിജ്ഞാന പത്രം എഴുതിത്തയ്യാറാക്കുകയും ചെയ്യുകയു ണ്ടായി.

ഈ സമഷ്ടിവാദ വിജ്ഞാന പത്രിക അച്ചടിച്ചുകിട്ടിയതു 1848 ഫെബ്രുവരി 24-ാനായിരുന്നു. അതേദിവസം തന്നെ പരന്ത്രീ സുരാജ്യത്തിൽ ഭരണകാര്യ വിപ്ലവം നടന്നിരിക്കുന്നുവെന്ന വർത്ത മാനം ലോകത്തിൽ പരന്നു. പ്രജകളുടെ സ്വാതന്ത്ര്യാധികാരത്തെ സ്ഥാപിപ്പാനും രാജാധിപത്യത്തെ ധ്വംസിപ്പാനുമായിരുന്നു ജന ക്ഷോഭം ഉണ്ടായത്. രാജാവായ ലുയിഫിലിപ്പു വേഷപ്രഛന്ന നായി പാരീസിൽ നിന്നു ഒളിച്ചോടി പിന്നാലെ മൂന്നു കൊല്ലം മുമ്പ് മാർക്സിനെ പാരീസിൽ നിന്നു ബഹിഷ്കരിച്ച മന്ത്രിപുംഗ നും, പലായനം ചെയ്തു. പരന്ത്രീസുരാജാധിപത്യം ഇങ്ങനെ നാമാവശേഷമാകയും അതിനുപകരം, പ്രജാസമുദായ രാജ്യഭ രണം എന്ന 'റിപ്പബ്ലിക്' വ്യവസ്ഥാപിക്കുകയും ചെയ്തു.

ഇതിനിടയിൽ മാർക്സിന്റെ ആക്ഷേപങ്ങളേറ്റു ഉള്ളുമുഴുവൻ പുണ്ണായിത്തീർന്നുകൊണ്ടിരുന്ന പ്രഷ്യൻ ഗവർമേണ്ടു മാർക് സിനെ ബെൽജിയത്തിൽ നിന്നു നിഷ്കാസിപ്പാനായി ബെൽ ജിയം ഗവർമേണ്ടധികൃതന്മാരോടു യാചിക്കുന്നുണ്ടായിരുന്നു. എന്നാൽ പ്രഷ്യയുടെ പ്രാർത്ഥന ഫലിച്ചില്ല. എങ്കിലും ബെൽജി യ്തിൽ കൂലിവേലക്കാരുടെയിടയിൽ സമഷ്ടിവാദം സാമാന്യത്തി ലധികം ഊർജ്ജിതമായി പരന്നുപിടിക്കുന്നുവെന്നു കണ്ടു. ബെൽജിയം ഗവർമേണ്ട് ഭീതിയിൽ വ്യാകുലപ്പെട്ടു. മാർക്സിനെ ബന്ധിക്കുകയും ആ രാജ്യത്തിൽ നിന്നു ഉടൻ പുറമെ പൊയ് ക്കൊള്ളുവാൻ ആജ്ഞാപിക്കുകയും ചെയ്തു.

ഭാഗ്യം മാർക്സിനു അനുകൂലമായി നിന്നു. പരന്ത്രീസ് രാജ്യ പരിവർത്തനത്താൽ മാർക്സിനു പാരീസിൽ കടപ്പാൻ വൈഷമ്യം നീങ്ങി എന്നുമാത്രം പറഞ്ഞാൽ പോരാ; പരന്ത്രീസു ഗവർമേണ്ടു അതിലെ ഒരംഗം മുഖേന പാരീസിലേക്ക് ക്ഷണിക്കുക കൂടി ചെയ്തിരുന്നു. നൃശംസശാസനയാൽ മാർക്സിനെ യാതൊരു രാജ്യത്തുനിന്നു ബഹിഷ്ക്കരിച്ചുവോ, യാതൊരു രാജ്യത്തിനു ള്ളിൽ മാർക്സിനു ലോകരുടെ ഭ്രാതൃത്വത്തെ ഉറപ്പിക്കുവാൻ യത് നിച്ചിരുന്നുവോ, ആ രാജ്യം മാർക്സിന്റെ പ്രത്യാഗമനത്തിൽ ഏറെക്കാലം പാർത്തില്ല. ഏതാനും മാസം കഴിഞ്ഞപ്പോൾ ജർമ നിയിലേക്കു തന്നെ മടങ്ങിപ്പോയി. അവിടെ 'ന്യൂറെനിഷ് സെയ

റ്റുണ്ട്' എന്ന പേരിൽ ഒരു പുതിയ പത്രം പുറപ്പെടുവിപ്പാനായി രുന്നു മാർക്സ് മടങ്ങിച്ചെന്നത്. അതിന്മണ്ണം 1848-ജൂൺ-1 -നു കൊളോൻ നഗരത്തിൽ നിന്നു മേൽപ്പടി പത്രത്തിന്റെ ഒന്നാം ലക്കം പ്രസിദ്ധീകരിച്ചു. പ്രജാസമൂഹത്തിന്റെ ഹിതാവകാശങ്ങളെ മുൻനിറുത്തിക്കൊണ്ട് പ്രജാധികാരത്തെ പ്രബലപ്പെടുത്തുന്നതി നായിരുന്നു ഈ പത്രത്താൽ ഉദ്ദേശിച്ചിരുന്നത്. എന്നാൽ ജർമൻ ഗവർമേണ്ടു ഇതിൽ ഒട്ടും മനഃസുഖം ഉണ്ടായില്ല. അഞ്ചുകൊല്ലെ മുമ്പു മുടക്കം ചെയ്ത പത്രത്തിനും ഈ പുതിയ പത്രത്തിനും തമ്മിൽ സ്വരവ്യത്യാസം അല്പവും ഇല്ലെന്നു ഗവർമേണ്ടിനു ബോധ്യപ്പെട്ടു. ഗവർമേണ്ടു മാർക്സിന്റെ 'മണ്ട പൊളിക്കാൻ' തരം നോക്കിക്കൊണ്ടിരുന്നു.

ഇക്കൊല്ലത്തിൽ തന്നേ കൊളോനിൽ വെച്ചു ഒരു 'ഡെമോ ക്രാറ്റിക് കാങ്ഗ്രസ്' (പ്രജാതന്ത്രീയാലോചന സംഘം) കൂടിയി രുന്നു; അതിന്റെ നടത്തിപ്പിൽ മാർക്സ് മുമ്പനായും നിന്നിരുന്നു. മാർക്സിന്റെ ഉത്സാഹത്തെ കണ്ടറിഞ്ഞ അൽബെർട് ബ്രിസ് ബെൻ എന്ന അമേരിക്കൻ സോഷ്യലിസ്റ്റ് പ്രതിനിധി എഴുതിയി രിക്കുന്നതാവിതു;– "പ്രജാധികാരത്തെ പ്രബലപ്പെടുത്തുവാനായി ഉത്സാഹിച്ചുവരുന്നവരുടെ നായകനായ കാറൽമാക്സിനെ ഞാൻ അവിടെ കണ്ടു. വേല, മൂലധനം എന്നിതുകളെക്കുറിച്ച് മാർക്സ് എഴുതിയിട്ടുള്ള ഉപന്യാസങ്ങളും അതേസമയം തന്നെ അദ്ദേഹം വിസ്തരിച്ചു പറഞ്ഞിരുന്ന സാമുദായകാര്യ സിദ്ധാന്തങ്ങളും കൊണ്ടാണു യൂറോപ്പിലെ സോഷ്യലിസ്റ്റ് സംഗതികൾക്ക് ഏറെ ഉണർച്ചയുണ്ടായിട്ടുള്ളത്; മറ്റൊരാളുടേയും ഉപന്യാസങ്ങൾക്കു ഇത്ര ശക്തി ഉണ്ടായിട്ടില്ല. മാർക്സ് ആ സമയം കീർത്തിയുടെ മുകൾപ്പടവുകളിൽ കയറിത്തുടങ്ങിയിരുന്നു. പ്രായം മുപ്പത് വയ സ്സുമാത്രം വരും. ഉയരം അധികമില്ല. അവയവങ്ങൾ ദൃഢവിഭ ക്തങ്ങളാണ്. മുഖം കമനീയവും, തലമുടി കറുത്തുതിങ്ങിയതും ആണ്. മുഖഭാവം കണ്ടാൽ ഊർജ്ജസ്വല ചിത്തനാണെന്നു ഗ്രഹിക്കാം. തന്റെ നിലവിട്ടിളകാത്ത സ്വഭാവ ഗുണത്തിന്റെ പിന്നിൽ ഒരു ധീരാത്മാവിന്റെ ഉത്സാഹവും അമർഷവും കളിയാ ടുന്നുണ്ടായിരുന്നു. മാർക്സ് കോടീശ്വരന്മാരുടെ ശക്തിയെയും ലുണ്ഠനക്രിയകളെയും സ്വാർത്ഥതല്പരതയയും, കൂലിവേല ക്കാരെ അവർ അടിമകളാക്കിയിടുന്നതിനെയും അത്യന്തം വെറുത്തു പറഞ്ഞു. "നമ്മുടെ ധനകാര്യവ്യവസ്ഥിതികളെക്കുറിച്ചു ആ ചെറുപ്പക്കാരൻ ഇദംപ്രഥമമായി പറഞ്ഞ ആക്ഷേപങ്ങളെ ഞാൻ സ്മരിക്കുന്നുണ്ട്. ആ അഭിപ്രായങ്ങൾ ഒരു കാലത്തു

ഭൂലോകത്തെ പിടിച്ചെടുത്തു കുലുക്കുമെന്നോ, അവ പണ്ടേക്കു പണ്ടേ നാം ആദരിച്ചുവന്നിരിക്കുന്ന വ്യവസ്ഥാപനങ്ങളെ അടി യോടെ ഇളക്കിമറിക്കുവാൻ തെന്നുകോലായിത്തീരുമെന്നോ അന്നു സ്വപ്നേപി വിചാരിച്ചിരുന്നില്ല......"

പത്രപ്രവർത്തനത്തിങ്കൽ ശൂരനും രാജ്യതന്ത്രകാര്യത്തിൽ പ്രക്ഷോഭകാരിയും ആയ ഈ വീരപുരുഷന്റെ ശിരസിൽ ജർമൻ ഗവർമേണ്ടിന്റെ ഇരുമ്പുലക്ക പതിപ്പാൻ കാലം ഏറെ കഴിയേ ണ്ടിയിരുന്നില്ല. 1849 ഫെബ്രുവരി 7 ന് മാർക്സിനെയും കൂട്ടരെയും ഗവർമേണ്ടു ഒരു കേസിൽ കുടുക്കി. ഇവർ അവിടത്തെ പബ്ലിക് പ്രോസിക്യൂട്ടറെ (സർക്കാർ വക്കീൽ)യും ചില കോൺസ്റ്റബിൾമാ രെയും അപകീർത്തിപ്പെടുത്തുന്ന ഉപന്യാസങ്ങൾ മേൽപ്പടി പത്ര ത്തിൽ പ്രസിദ്ധീകരിച്ചു എന്നായിരുന്നു ഇവരുടെ മേൽ ചുമത്തിയ കുറ്റം. മാർക്സ് താൻ തന്നെ പ്രതിഭാഗത്തേക്കു വേണ്ടുന്ന തൊക്കെ വ്യവഹരിച്ചു. ഒരു മണിക്കൂറോളം നേരം നടന്നിരുന്ന പ്രതിഭാഗ പ്രസംഗത്തിൽ മാർക്സ് ആ രാജ്യത്തിലെ ഭരണകാര്യ നിർവാഹകന്മാരെപ്പറ്റി നിർഭയം ആക്ഷേപം പറഞ്ഞിരുന്നു. പ്രസം ഗത്തെ ഉപസംഹരിച്ചു ഇപ്രകാരമായിരുന്നു:" ജർമനിയിലെ ഇപ്പോഴത്തെ പൊതുവായ രാജ്യകാര്യസ്ഥിതികളെ ചിന്തിക്കു മ്പോൾ മാത്രമല്ല, പ്രഷ്യയിലെ രാജ്യകാര്യ സ്ഥിതികളെ ചിന്തി ക്കുമ്പോഴും ഗവർമേണ്ടിന്റെ ഏതൊരു പ്രവൃത്തിയേയും അത്യന്തം അവിശ്വാസത്തോടെ നിരൂപിക്കുന്നതിനും ഭരണവ്യവ സ്ഥയുടെ എത്ര സ്വല്പമായ ദൂഷ്യങ്ങളെക്കുറിച്ച് കൂടെയും നി ന്ദനം ചെയ്തു പൊതുജനങ്ങളെ ധരിപ്പിക്കുന്നതിനും ഞങ്ങൾക്കു കടമയുണ്ടെന്നു ബോധ്യമായിരിക്കുന്നു.....നിയമവിരുദ്ധമായ പ്രകാരം മൂന്നാളുകളെ ബന്ധിച്ചതിനെപ്പറ്റി, കഴിഞ്ഞ ജൂലൈമാ സത്തിലായിരുന്നുവല്ലോ ഞങ്ങൾ ആക്ഷേപം പറഞ്ഞത്.......പീ ഡിപ്പിക്കപ്പെട്ടവരെയും അവരുടെ പീഡകളെയും പറ്റി പറവാൻ മുന്നിട്ടുവരേണ്ടതു പത്രക്കാരുടെ കർത്തവ്യമാകുന്നു. ഇത്ര മാത്രമോ ? സർക്കാർ കാര്യമായും സമുദായകാര്യമായും ഓരോ രോ ആളുകളോടു ഇടപെടുന്ന കീഴ്ത്തരം ഉദ്യോഗസ്ഥന്മാരാ കുന്നു ജനങ്ങളെ അടിമകളെന്നോണം ചവിട്ടിത്തേച്ചു വരുന്നത്, എന്നും മാന്യന്മാരെ, നിങ്ങൾ അറിയേണ്ടതാകുന്നു. സാമാന്യേന കാണുന്ന സ്ഥിതികളേയോ ഉയർന്നതരം സർക്കാരധികാരം വഹി ക്കുന്നവരെയോ പറ്റി ആക്ഷേപം കണ്ടുപിടിച്ചു വെളിപ്പെടുത്തി ദൂഷ്യങ്ങളെ മാറ്റുവാൻ അവരോടു മല്ലിടുന്നതു കൊണ്ടു മാത്രം കാര്യസാധ്യമാകയില്ല. ഈ കോൺസ്റ്റബിളിനെ, ഈ മുക്ത്യറെ,

ഈ വക്കീലിനെ എന്ന രീതിയിൽ ആളെ ചൂണ്ടിപ്പറഞ്ഞു. ആക്ഷേ പിപ്പാൻ പത്രക്കാർ മനസ്സുറപ്പിക്കണം.......ഇപ്പോഴത്തെ രാജ്യകാ ര്യവ്യവസ്ഥകളുടെ അവലംബങ്ങളെയൊക്കെ അടിയോടെ കുത്തി മറിച്ചു നശിപ്പിക്കുവാനാണു പത്രക്കാരന്റെ ഇപ്പോഴത്തെ കർത്ത വ്യങ്ങളിൽ ഒന്നാമത്തെത്:" ഈ പ്രസംഗം നിമിത്തം, കോടതി യിൽ ജൂറി (പ്രമാണ പുരുഷന്മാർ) ആയി വിളിപ്പിച്ചിരുന്നവരുടെ മനസ്സിൽ മാർക്സിനെപ്പറ്റി അനുകൂലമായ അഭിപ്രായം ജനിച്ചു; അവർ പ്രതികളെ നിർദ്ദോഷന്മാരെന്നു നിശ്ചയിക്കയാൽ, മാർക്സും കൂട്ടരും മോചിക്കപ്പെട്ടു. അപകീർത്തിക്കേസിൽ ഗവർമേണ്ടിനു തോൽവി പറ്റിയത് കൊണ്ടുണ്ടായ ഇച്ഛാഭംഗം ഗവർമേണ്ടിന്റെ പ്രതികാരേച്ഛയെ ഉജ്ജ്വലിപ്പിക്കുകയാണുണ്ടാ യത്. രണ്ടു ദിവസം കഴിഞ്ഞു ഫെബ്രുവരി 9 നു മാർക്സിനെയും കൂട്ടരെയും ഗവർമേണ്ട് മറ്റൊരു കേസിൽ കുടുക്കി. രാജാവിന്റെ അധികാരത്തെ നിരോധിപ്പാൻ ആയുധം ധരിച്ചിളകുന്നതിനു ജന ങ്ങളെ പ്രേരിപ്പിച്ചു എന്നായിരുന്നു കുറ്റം ആരോപിച്ചത്. ഇത് മുമ്പ ത്തെതിൽ എത്രയോ ഗൗരവപ്പെട്ട കേസായിരുന്നു. മാർക്സ് തന്നേ ഇതിനും പ്രതിഭാഗം വ്യവഹരിച്ചു. ഇതിനും മാർക്സ് ഏറെ പ്രതി ഭാവിലാസകലിതമായ ഒരു പ്രസംഗം ചെയ്തു. ജൂറിമാർ, ഇതിലും മാർക്സും കൂട്ടരും നിരപരാധികളാണെന്നു ഏകകണ്ഠം അഭി പ്രായപ്പെടുകയും എത്രയോ ഉപദേശപ്രദമായിരുന്ന മേൽപ്പടി പ്രസംഗത്തെ അഭിനന്ദിച്ചു അതിലൊരാളെ മാർക്സിന്റെ അടു ക്കലയച്ചു അദ്ദേഹത്തിനു വന്ദനം പറയുകയും ചെയ്തു. ഇപ്ര കാരം മാർക്സ്, ഇക്കുറിയും രക്ഷപ്പെട്ടു. എന്നാൽ 1849 മെയ് മാസത്തിൽ റൈൻ സംസ്ഥാനങ്ങളിലെ ഡ്രെസ്ഡെൻ മുതലായ ചില നഗരങ്ങളിൽ പ്രജകൾ ക്ഷോഭിക്കുകയാൽ, പ്രഷ്യൻ ഗവർമേ ണ്ടിന്റെ സഹനശക്തി തീരെ 'ഭിസ്സായി' പോയി. മാർക്സിനെ പ്രഷ്യയിൽ നിന്നു പുറമേ പോവാൻ ആജ്ഞാപിക്കുകയും അദ്ദേ ഹത്തിന്റെ പത്രത്തെ ഗവർമേണ്ടിന്റെ ഭരണ നിർവ്വഹണ സംബ ന്ധമായ (അഡ്മിനിസ്ട്രേറ്റീവ്) ആജ്ഞയാൽ അമർത്തുകയും ചെയ്തു. മേയ് 19-നായിരുന്നു പത്രത്തിന്റെ ഒടുവിലത്തെ ലക്കം പുറപ്പെട്ടത്. അത് ചുവന്ന മഷിയിൽ അച്ചടിക്കുകയും, ജന ങ്ങൾക്കു ദേശാഭിമാനോദ്ദീപകമായ ഒരു മംഗളകാവ്യം അതിൽ പ്രസിദ്ധീകരിക്കുകയും ചെയ്തിരുന്നു.

മാർക്സ് വീണ്ടും ജന്മഭൂമിയെ വെടിഞ്ഞു പാരീസിലേക്കു പോയി. ആ നഗരത്തിൽ എന്തായിരുന്നു അനുഭവം എന്നു അദ്ദേ ഹത്തിന്റെ ഭാര്യ എഴുതിയിട്ടുള്ള ദിനചര്യക്കുറിപ്പ് വെളിപ്പെടുത്തു

ന്നുണ്ട്: "ഞങ്ങൾ പാരീസിൽ ഒരു മാസം പാർത്തു. ഇവിടെയും ഞങ്ങൾക്ക് ഒരിടവും ശയനസ്ഥാനം ആകാത്ത വിധമായിരുന്നു. ഒരു ദിവസം രാവിലെ പതിവുപോലെ പോലീസു സാർജന്റ് വന്നു. കാർലും കളത്രവും 24 മണിക്കുറിനകം പാരീസു വിട്ടു പോയ്ക്കൊള്ളേണമെന്ന ആജ്ഞ അറിയിച്ചു. ലണ്ടനിൽ പാർപ്പാ ക്കാമെന്നു കരുതിക്കൊണ്ട് ഞാൻ വീണ്ടും എന്റെ ചില്ലറ വഹ കൾ എല്ലാം എടുത്തുകൂട്ടി ഭാണ്ഡം കെട്ടി. കാറൽ മുൻകൂട്ടി ത്തന്നെ അവിടത്തേക്കു യാത്രപുറപ്പെട്ടിരുന്നു". മാർക്സിന്റെ കുടുംബം 1849 ജൂൺമാസാവസനത്തിലിടയ്ക്കായിരുന്നു ലണ്ട നിലെത്തി പാർപ്പുറപ്പിച്ചത്. അവിടെവെച്ചു തന്നെ അടുത്ത ജൂലൈ മാസത്തിൽ അവരുടെ നാലാമത്തെ കുട്ടിയെ പ്രസവിക്കുകയും ഉണ്ടായി. ജനനാൽതന്നെ ദാരിദ്ര്യദസ്യൂവിന്റെ പിടിത്തത്തിൽ പെട്ടു നട്ടംതിരിഞ്ഞ കുട്ടി അൽപ്പായുസ്സായി തീർന്നിരുന്നു. 1852 –ാം കൊല്ലം ആദ്യത്തിൽ ഇദംപ്രഥമമായി മൃത്യു ആ കുടും ബത്തെ സന്ദർശിച്ചപ്പോൾ ആ മാതാപിതാക്കൻമാരുടെ സങ്കടം എത്ര കഠിനമായിരുന്നു എന്നു ഊഹിപ്പാനേ നിവൃത്തിമാർഗ്ഗമു ള്ളൂ. അവരുടെ സന്താനം മാതാവിന്റെ സ്തനങ്ങളിൽ നിന്നും ദാരിദ്ര്യവിഷത്തെ തന്നെ ചൂഷണം ചെയ്തിട്ടായിരുന്നു മരിച്ചുപോ യതെന്നു അവർക്കറിയാമായിരുന്നു. ആ കുടുംബം ആദ്യകാല ങ്ങളിൽ ലണ്ടനിൽ ജീവിച്ചിരുന്നതെങ്ങനെയെന്ന് കേൾക്കുമ്പോൾ ഈ സംഭവത്തെപ്പറ്റി ആർക്കും അത്ഭുതം തോന്നുകയില്ല. അവർക്ക് ഏതാനും കൊല്ലക്കാലം മിക്കവാറും പട്ടിണിതന്നെയാ യിരുന്നു അനുഭവം. അപ്പം മേടിച്ചു കഴിപ്പാനല്ലാതെ വേറൊരു തരത്തിലും ഭക്ഷണത്തിനു അവർക്കു കോപ്പില്ലായിരുന്നു. ഇതിൽ തന്നെയും പലപ്പോഴും മാർക്സ് തന്റെ പങ്കു കൂടി കുട്ടികൾക്ക് കൊടുക്കുകയും താൻ ഉപവസിക്കുകയും ചെയ്തിരുന്നു. മാർക്സ് ഈ അവസ്ഥയിൽ തന്നെ ബ്രിട്ടീഷ്യു മ്യൂസിയത്തിൽ പോയിരുന്നു. തന്റെ ജിജ്ഞാസയ്ക്കനുസരിച്ച് വിഷയങ്ങൾ പഠി ക്കുകയും അടിനിടയിൽ വിശപ്പിനാൽ തളർന്നു തണുപ്പേറ്റു വീണു പോകയും ചെയ്ക പതിവായിരുന്നു. ഉപജീവനത്തിനായി ലണ്ട നിലെ ചില പത്രികകൾക്കു ഉപന്യാസങ്ങളെഴുതിക്കൊടുത്തിരു ന്നുവെങ്കിലും അതിനു തക്കതായ ഫലം കിട്ടിയിരുന്നില്ല. അൽപ്പസ്വൽപ്പം പ്രതിഫലം കിട്ടിയിരുന്നതുകൊണ്ടു ആവശ്യ ങ്ങൾ സാധിപ്പാൻ മതിയായതുമില്ല. വേറെ വല്ല പണിയും ഏൽക്കാമെന്നു വിചാരിച്ചു മാർക്സ് തീവണ്ടിയാപ്പീസിൽ ഒരു ഗുമസ്തപ്പണിക്കു അപേക്ഷിച്ചു; കൈയക്ഷരം നന്നെ മോശം

എന്ന കാരണത്താൽ അതും ലഭിച്ചില്ല. ഇങ്ങനെയിരിക്കുമ്പോ ഴായിരുന്നു അമേരിക്കയിൽ ന്യൂയോർക്ക് നഗരത്തിലെ 'ട്രൈബ്യൂൺ' എന്ന പത്രത്തിന്റെ ലണ്ടൻ ലേഖകൻ എന്ന സ്ഥാനം മാർക്സിനു ലഭിച്ചത്. അതിലേക്ക് ലേഖനങ്ങ ളയച്ചുകൊടുക്കുന്നതിനു പ്രതിഫലമായി ആഴ്ചയിൽ ഒരു പവൻ വീതം കിട്ടുകയും ചെയ്തു. ഏറെ മാസക്കാലത്തേക്ക് ഇതുത ന്നെ ആ കുടുംബത്തിന് ഉപജീവന മാർഗ്ഗമായിരുന്നു. പാർപ്പാൻ രണ്ടെരണ്ടു മുറി (അറ) കൾ മാത്രമുണ്ടായിരുന്നുള്ളൂ. ഇവയിൽ ഒന്നു ഉറക്കറയായും, മറ്റൊന്ന് അടുക്കളയായും മാർക്സിന്റെ അധ്യയനശാലയായും, കാഴ്ചക്കാരെ സത്ക്കരിക്കാനുള്ള മുറി യായും ഉപയോഗപ്പെടുത്തി വന്നു. ഈ പാർപ്പിടത്തിലായിരുന്നു പ്രസിദ്ധപ്പെട്ട മഹാൻമാർ പലരും മാർക്സിന്റെ പക്കൽ നിന്നു ഉപദേശങ്ങൾ മേടിപ്പാനും അദ്ദേഹത്തെ കണ്ടു വന്ദിപ്പാനുമായി ചെന്നുകൊണ്ടിരുന്നത്. ലണ്ടനിലെ അനുഭവങ്ങളെക്കുറിച്ച് മാർക്സിന്റെ ഭാര്യ എഴുതിയിരിക്കുന്നതാണിത്: " വളരെ കാല മായിട്ട് ഞങ്ങൾ സർവ്വസുഖങ്ങളെ ത്യജിക്കയും കഷ്ടപ്പാടുകൾ സഹിക്കയും ചെയ്യുന്നതിനെപ്പറ്റി ഒരിക്കൽപ്പോലും ഞങ്ങൾ കൊട്ടിഘോഷിച്ചതായി ഞങ്ങളെക്കുറിച്ച് പറയാൻ ഒരാൾക്കും സാധ്യമല്ല. ഞങ്ങളുടെ സ്വന്തം കാര്യങ്ങളെയോ ക്ലേശങ്ങളെയോ പുറമേ എങ്ങാനും പ്രഘോഷിച്ചിട്ടുമില്ല......(ന്യൂറൈനിഷ് ഗജറ്റ്) പത്രത്തിനു രാജ്യകാര്യ വിഷയമായും തന്റെ ചങ്ങാതികൾക്കു പൗരസ്ഥാന സംബന്ധമായുമുള്ള മാനത്തെ രക്ഷിപ്പാനായി അദ്ദേഹം (മാർക്സ്) എല്ലാ ഭരണങ്ങളും തന്റെ ചുമലിൽ തന്നെ വഹിച്ചുകൊള്ളുകയും തന്റെ ആദായങ്ങളെല്ലാം ചെലവുചെയ്യു കയും, നാടുവിട്ടു പോരുന്ന സന്ദർഭത്തിൽ തന്റെ കീഴിൽ ജീവന ക്കാരായിരുന്ന പത്രാധിപൻമാരുടെയും മറ്റും മാസപ്പടി കണക്കു തീർത്തുകൊടുക്കുകയും ചെയ്തിരുന്നു. നാട്ടിൽ നിന്നു ബലാൽക്കാരമായിട്ടായിരുന്നു ഗവർമേണ്ട് അദ്ദേഹത്തെ നിഷ്ക്കാ സിച്ചത് എന്ന കഥയോ ഇരിക്കട്ടെ. ഞങ്ങൾ ഞങ്ങൾക്കായിട്ടു യാതൊന്നും കരുതിവെച്ചിരുന്നില്ലെന്നു നിങ്ങൾക്കറിവുണ്ടല്ലോ; ഞങ്ങളുടെ പക്കൽ ശേഷിച്ചിരുന്ന എന്റെ വെള്ളിപ്പാത്രങ്ങളെ പണയംവെപ്പാനായി ഞാൻ പ്രാൻക്ഫർട്ടിൽ പോയി; കോളനി യിൽ വച്ച് എന്റെ തട്ടുമുട്ടു സാമാനങ്ങൾ വിറ്റു......ലണ്ടനെക്കു റിച്ചും ലണ്ടനിലെ സ്ഥിതികളെക്കുറിച്ചും നിങ്ങൾ നല്ലവണ്ണം അറി യുന്നുണ്ടല്ലോ. മൂന്നു കുട്ടികൾ, പോരാഞ്ഞിട്ടു നാലാമതൊന്നിന്റെ ജനനം ! വീട്ടുവാടകയ്ക്ക് മാത്രമായി മാസമൊന്നിനു നാൽപ്പ

ത്തിരണ്ടു ഡാളർ (ജർമൻ നാണയം) ഞങ്ങൾകൊടുത്തു.....ഞ ങ്ങളുടെ കൈയിൽ പണമില്ലാതായി.......കുഞ്ഞിനു മുല കൊടുക്കാൻ ഒരു 'ആയ' യെ നിശ്ചയിക്കുന്നതിനു ഗതിയി ല്ലാഞ്ഞു ഞാൻ തന്നെ നെഞ്ചിലും പുറത്തും ഇടവിടാതെ ഉണ്ടാ യിക്കൊണ്ടിരിക്കുന്ന വേദനകളെ സഹിച്ചുകൊണ്ടും കുഞ്ഞിനു മുലകൊടുപ്പാൻ തീർച്ചപ്പെടുത്തി. കഷ്ടം ! ആ പാവപ്പെട്ട ശിശു എന്റെ ക്ലേശങ്ങളെ നിപാനം ചെയ്തു ചെയ്തു ജനനാൽ പ്രഭൃ തി, രാപ്പകൽ കിടന്നുറങ്ങുകയായിരുന്നു......ഈ നിലയിൽ ഇരി ക്കുമ്പോൾ ഒരു ദിവസം അപ്രതീക്ഷിതമായി ഞങ്ങളുടെ വീട്ടു കാരി മുറിക്കുള്ളിൽ കടന്നു വന്നു. വീട്ടുവാടകയിൽ 250 ഡോളർ അവളുടെ കൈക്കൽ ഞങ്ങൾകൊടുത്തിട്ടുണ്ടായിരുന്നു. ബാക്കി വാടക വീട്ടിന്റെ ഉടമസ്ഥരുടെ പക്കൽ ഏൽപ്പിച്ചാൽ മതിയാകു മെന്നു അവൾ കരാറും ചെയ്തിരുന്നു. അവൾ അങ്ങനെയൊന്നു കരാറു ചെയ്തിട്ടില്ലെന്ന് പറയുകയും വാടകവകയിൽ കൊടുക്കേണ്ട അഞ്ചു പവൻ ആവശ്യപ്പെടുകയും ചെയ്തു. ഉട നടി കൊടുപ്പാൻ ഞങ്ങൾക്കു സാധിച്ചില്ല. അതു നിമിത്തം രണ്ടു കോൺസ്റ്റബിൾമാർ മുറിക്കുള്ളിൽ കടന്നു എന്റെ ചില്ലറ വഹക ളൊക്കെ കൈയടക്കി, മെത്തകൾ, തുണികൾ, കുപ്പായങ്ങൾ എന്നുവേണ്ട എല്ലാ സാധനങ്ങളും എന്റെ പാവപ്പെട്ട കുഞ്ഞിന്റെ തൊട്ടിലും രണ്ടു പെൺകുട്ടികളുടേയും കളിസാമാനങ്ങൾ കൂടിയും അവർ പിടിച്ചെടുത്തു. കുട്ടികൾ രണ്ടും അവരുടെ കളി സാമാനങ്ങൾക്കു സമീപം നിന്നു ഉറക്കെ കരയുകയായിരുന്നു. രണ്ടുമണിക്കൂറിനുള്ളിൽ അവർ എല്ലാ സാമാനങ്ങളും ഒന്നൊ ഴിയാതെ കൊണ്ടുപോയ് കളയുമെന്നും ഭീഷണിപ്പെടുത്തി. ഞാൻ അവിടെ വെറും നിലത്തു തണുത്തു മരവിക്കുന്ന കുട്ടികളെയും വെച്ചുംകൊണ്ടു കിടന്നിരുന്നു. പിറ്റേന്നു ആ വീടു വിട്ടു പോകേണ്ടി വന്നു. തണുപ്പ്, മഴ, മൂടൽ ഇതായിരുന്നു സമയത്തിന്റെ അവ സ്ഥ. ഭർത്താവു പുറമേ പോയി വീടന്വേഷിക്കുകയായിരുന്നു. നാലുകുട്ടികളുണ്ടെന്നറിഞ്ഞപ്പോൾ യാതൊരാളും പാർപ്പാൻ സ്ഥലം തരുകയില്ലെന്നായി, ഒരുവിൽ ഒരു ഇഷ്ടൻ ഞങ്ങളെ സഹായിച്ചു. മരുന്നു പീഡികക്കാരൻ, അപ്പക്കച്ചവടക്കാരൻ, കശാ പ്പുകാരൻ, പാൽക്കാരൻ ഇവരൊക്കെ പരിഭ്രമിച്ചോടിയെത്തി പണമാവശ്യപ്പെട്ടു. അവരുടെ കടം വീട്ടുന്നതിനായി ഞാൻ എന്റെ മെത്ത വിറ്റു.....ഞങ്ങളുടെ വഹകളെല്ലാം വിറ്റുതീർന്നപ്പോൾ, കട ക്കാരെയൊക്കെ തൃപ്തിപ്പെടുത്താൻ ഒറ്റകാശുകൂടിയും ബാക്കി നിർത്താതെകൊടുത്തു തീർത്തു. ഈ ചില്ലറ ക്ലേശങ്ങൾകൊണ്ട്

ഞങ്ങൾ ചിന്നരായിപ്പോയി എന്ന് വിചാരിക്കരുത്. ലോകത്തിൽ ക്ലേശങ്ങൾ അനുഭവിക്കുന്നവർ ഞങ്ങൾ മാത്രമല്ല എന്നു എനിക്കു നല്ലവണ്ണം അറിവുണ്ട്. എന്റെ ജീവിതാലംബമായ പ്രിയതമൻ ഭർത്താവു എന്റെ അരികിൽത്തന്നെ തുണയായി നിൽക്കുന്നു ണ്ടല്ലോ എന്നു വിചാരിച്ചു ഞാൻ ലോകത്തിൽ ഭാഗ്യം ചെയ്തവ രുടെ പ്രത്യേക സംഘത്തിൽ ഒരാളാണെന്ന് സന്തോഷിക്ക കൂടി ചെയ്യുന്നു." സ്ത്രീ ധർമ്മത്തിന്റെ ഈ ഉത്തമ ദൃഷ്ടാന്തത്തെ പ്പറ്റി വ്യാഖ്യാന രൂപത്തിൽ ഒരു വാക്കു കൂടിയും പറയുന്നതു പുണ്യ ദൂഷണമായിത്തീരുമെന്നു വിരമിക്കുവാനേ ആർക്കും നിർവാഹമുള്ളൂ.

1852–ാം കൊല്ലം ആദ്യമായി ഈ കുടുംബത്തെ സന്ദർശി പ്പാനെത്തിയ മൃത്യു അവിടെ തന്നെ ചുറ്റിത്തിരിഞ്ഞു നടന്നിരു ന്നു. ഒരു കൊല്ലം മുമ്പ് പിറന്ന ഒരു പെൺകുട്ടി 1851 ൽ തന്നെ മൃത്യുവിന്റെ വായിപ്പെട്ടു. ആ സമയം മേൽപ്പടി കുടുംബം എത്ര മാത്രം ദാരിദ്ര്യ ക്ലേശമനുഭവിക്കുകയായിരുന്നു എന്നുള്ള സംഗതി മാതാവെഴുതീട്ടുള്ള ദിനചര്യക്കുറിപ്പിനാൽ വെളിവാകു ന്നു: "അതേ കൊല്ലം 1852 ൽ ഈസ്റ്റർ കാലത്തു ഞങ്ങളെ പ്രാൻസിസ്ക എന്ന കുട്ടി കഠിനമായ നീർക്കെട്ടിനാൽ മരിച്ചു. ആ പാവം മൂന്നു ദിവസം മുഴുവനും മൃത്യുവുമായി മല്ലിട്ടു. അവ ളുടെ പ്രേതം പിൻഭാഗത്തെ മുറിയിൽ കിടന്നിരുന്നു. ഞങ്ങൾ എല്ലാവരും മുൻവശത്തെ മുറിയിൽ പോയിരിപ്പായി; രാത്രിയിൽ ഞങ്ങൾ തറയിൽ തന്നെ ശയിച്ചു. മറ്റു മൂന്നു കുട്ടികളും ഞങ്ങ ളുടെ അരികെ ചേർന്നുകിടന്നു. ഞങ്ങളുടെ ദാരിദ്ര്യ ക്ലേശത്തിന്റെ മൂർധന്യ സമയത്തായിരുന്നു ആ പ്രിയപ്പെട്ട കുട്ടി മരിച്ചത്. ഈ കഷ്ട സ്ഥിതിയിൽ ഞങ്ങളെ സഹായിപ്പാൻ ജർമനീയരായ സ്നേഹിതൻമാരാൽ സാധ്യമായിരുന്നില്ല. എന്റെ ഹൃദയവ്യഥ യിൽ ഞാൻ സമീപസ്ഥനായ ഒരു പരത്രീസുകാരന്റെ അടുക്കൽ ചെന്നു. അദ്ദേഹം പരത്രീസു രാജ്യത്തിൽ നിന്നും ലണ്ടനിൽ അഭയം പ്രാപിച്ചിരിക്കുന്ന ആളായിരുന്നു. ചില അവസരങ്ങളിൽ ഞങ്ങളെ കാണ്മാനും വരാറുണ്ടായിരുന്നു. അദ്ദേഹത്തോട് ഞങ്ങടെ സങ്കടസ്ഥിതിയെപ്പറ്റി ഞാൻ പറഞ്ചു. അത് കേട്ടപ്പോൾ ത്തന്നെ അത്യന്തം സ്നേഹപുരസ്സരമായ ദയയോടെ അദ്ദേഹം രണ്ടുപവൻ തന്നു. ഇതു കൊടുത്തു കുട്ടിക്കു ശവപെട്ടിയും വാങ്ങി. കുട്ടി സമാധിയിൽ കിടക്കുന്നു."

ഈ കഷ്ടകാലത്ത് കൗതുകകരമായ ഒരു സംഭവമുണ്ടായി. മാർക്സിന്റെ ഭാര്യക്ക് പൂർവ്വൻമാരിൽ നിന്നു പാരമ്പര്യപ്രകാരം

സിദ്ധിച്ചതായ ചില വെള്ളിക്കരണ്ടികളുണ്ടായിരുന്നു. അതുകളിൽ അർജിൽ കുടുംബത്തിന്റെ ചിഹ്നവും പതിച്ചിരുന്നു. മാർക്സ് ഈ കരണ്ടികളെ പണയംവെപ്പാനായി ഒരു പണയക്കച്ചവടക്കാരന്റെ അടുക്കൽ കൊണ്ടുചെന്നു. മാർക്സിന്റെ കീറിപ്പറിഞ്ഞ കുപ്പായ ങ്ങളും കരണ്ടിയുടെ പുറത്തുള്ള പ്രഭു കുടുംബ ചിഹ്നവും തമ്മിൽ ചേർച്ചയായിരിക്കില്ലെന്ന് കണ്ടു പണയവ്യാപാരിയുടെ ഉള്ളിൽ മാർക്സിനെക്കുറിച്ച് ചില സംശയങ്ങൾ തട്ടി. അയാൾ മാർക്സിനെ പോലീസുകാരെകൊണ്ട് പിടിപ്പിക്കുവാൻ ഭാവിച്ചു. മാർക്സ് വേണ്ടെടത്തോളം സമാധാനങ്ങൾ പറഞ്ഞു. ഒരു പ്രകാ രത്തിൽ പോലീസുകാരുടെ വായിൽ വീഴാതെ രക്ഷപ്പെട്ടു എന്നു പറഞ്ഞാൽ മതിയല്ലോ. കൈക്കൽ പണമില്ലാതെ ക്ലേശപ്പെടുമ്പോ ൾ പണയക്കച്ചവടക്കാരോട് നൂറ്റിനു ഇരുപതു തുടങ്ങി 50 വരെയും നിരക്കിൽ കടം മേടിക്കുക കൂടി മാർക്സിന് ചെയ്യേണ്ടിവന്നിരു ന്നു. കോടീശ്വരൻമാരെയും പണക്കച്ചവടത്തേയും ആക്ഷേപിക്കു കയും പാട്ടാദായം, പലിശ, ലാഭം ഇത്യാദി ഏർപ്പാടുകളെ വെട്ടി മാറ്റി കാടു തെളിപ്പാൻ ഉത്സാഹിക്കുകയും ചെയ്തിരുന്ന മാർക്സി നോട് എതിരാളികൾക്കുണ്ടായിരുന്ന ദ്വേഷം മേൽപ്പറഞ്ഞ പ്രകാരം ഏറ്റവും അന്യായമായ പലിശനിരക്കിലും വെളിപ്പെട്ടു. ഇങ്ങ നത്തെ കഷ്ടപ്പാടുകൾ അനുഭവിക്കുകയും കുട്ടികൾ പട്ടിണികി ടന്നു തളർന്നു കേഴുകയും ചെയ്യുന്നതു വിചാരിച്ചു വല്ല തൊഴിലിലും പ്രവേശിക്കാമെന്നു കൂടി മാർക്സ് ആലോചിച്ചു. എന്നാൽ പാവപ്പെട്ട കൂലിവേലക്കാരുടെ കാര്യമന്വേഷിപ്പാൻ അന്നേവരെ ചെയ്ത യത്നങ്ങളൊക്കെ നിഷ്ഫലമാകുമെന്നും, സാഹിത്യകാരക പ്രവൃത്തിയെ തുടർന്നുകൊണ്ടിരുന്നാൽ മതി യെന്നും ധൈര്യവതിയായ ഭാര്യ ഉപദേശിക്കയാൽ അതുപേ ക്ഷിച്ചു പോവാൻ ഉത്സാഹിച്ചില്ല. അക്കാലത്തെ ക്ലേശങ്ങളെക്കു റിച്ചു മേൽപ്പടി സ്ത്രീരത്നം തന്റെ ചങ്ങാതികളിൽ ഒരുവൾക്ക് അയച്ച കത്തിൽ പറഞ്ഞിരിക്കുന്നത് കാണുക:

"ഞങ്ങൾ ഇവിടെ പാർപ്പാക്കിയശേഷം ആദ്യകാലങ്ങൾ വളരെ കഷ്ടപ്പാടിൽ കഴിഞ്ഞിരുന്നു. അന്നത്തെ കഥകളെക്കു റിച്ചു ഇപ്പോൾ ഞാൻ എഴുതുകയില്ല. ഞങ്ങൾക്കു നേരിട്ട നഷ്ട ങ്ങളെപ്പറ്റിയോ ഞങ്ങളുടെ ഹൃദയങ്ങളിൽ അത്യന്തം വ്യസന ത്താൽ പ്രതിബിംബിക്കപ്പെട്ടിരിക്കുന്ന മരിച്ചുപോയ ആ ഓമന ക്കുഞ്ഞുങ്ങളെപ്പറ്റിയോ ഇപ്പോഴൊന്നും പറയുന്നില്ല. അപ്പോൾ അമേരിക്കയിൽ മുമ്പുണ്ടായിട്ടില്ലാത്ത സങ്കടവേളയായി. 'ന്യൂയോർക്ക് ട്രൈബ്യൂൺ' പത്രത്തിൽ നിന്നു ലഭിച്ചു വന്ന

ഞങ്ങടെ ആദായം പകുതിയായി. ചെലവു നന്നെ ചുരുക്കേണ്ടി വന്നു. കടം മേടിക്കേണ്ടതായും വന്നു.....ഇനി ഞങ്ങടെ ഓമന കുട്ടികളെക്കുറിച്ച് പറയാം. ഇവരാണു ഞങ്ങളെ ജീവിതത്തിനു പരമാനന്ദം നൽകുന്ന സ്വാർത്ഥത്യാഗസ്വഭാവം കൊണ്ടും ഞങ്ങൾക്കു നിത്യ സന്തോഷകാരിണികളായിരിക്കുന്നു.....എനിക്കു വളരെ ഭയങ്കരമായ പനി ബാധിച്ചിരിക്കുന്നു. ഒരു ഡോക്ടറെ വരുത്തി രോഗം നോക്കിച്ചു.....ഡോക്ടർ എന്നെ നല്ലവണ്ണം ശ്രദ്ധ വച്ചു പരിശോധിച്ചേറെ നേരം മിണ്ടാതിരുന്നിട്ടു ഇങ്ങനെ പറഞ്ഞു:"മസൂരിയാണ് നിങ്ങളുടെ ദീനം" കുട്ടികളെ ഉടനടി ഈ വീട്ടിൽ നിന്നു മാറ്റി പാർപ്പിക്കണം. ഡോക്ടറുടെ ഈ അഭിപ്രായം കേട്ടു വീട്ടിലുള്ളവർക്കു എത്രമാത്രം വ്യസന കഷ്ടങ്ങൾ ഉണ്ടാ യിരിക്കണം എന്നു നിങ്ങൾക്കു ഊഹിക്കാമല്ലോ.....കിടക്കവിട്ടെ ണീറ്റു പോകത്തക്കവണ്ണം എനിക്കു സുഖമായില്ല, അപ്പോൾ എന്റെ പ്രിയതമൻ കാറലിന് സുഖക്കേടു തുടങ്ങി. ഭയം ചിന്താ ക്ലേശങ്ങൾ ഇത്യാദി വ്യഥകളാൽ അദ്ദേഹം ദീനക്കിടക്കയിൽ വീഴേ ണ്ടിവന്നു. ഈശ്വര കൃപയാൽ നാലുവാരത്തേക്കേ സുഖക്കേടായി കിടക്കേണ്ടി വന്നിരുന്നുള്ളൂ. ഇതിനിടയ്ക്ക് ട്രൈബ്യൂൺ പത്ര ത്തിൽ നിന്നുള്ള വരവ് വീണ്ടും പകുതിയായിപ്പോയി. പ്രിയ മിത്രമേ, നിങ്ങൾ ധൈര്യവതിയായും അവ്യാകുലയായും ഇരി ക്കേണമേ എന്നു ഞാൻ ആശംസിക്കുന്നു. ലോകം ധീരജന ങ്ങൾക്കുള്ളതാകുന്നു എന്നോർത്താലും. നിങ്ങൾ നിങ്ങളുടെ ഭർത്താവിന് ഇപ്പോഴത്തെപ്പോലെ മേലിലും ബലവത്തായും വിശ്വാസമായുമുള്ള സഹായമായി തന്നെ ഇരിപ്പിൻ. മനസ്സിനും, ശരീരത്തിനും ഏതു ഭാരത്തേയും സഹിച്ചും ഉടവുതട്ടാതെയിരി ക്കാൻ തക്കകെരുത്തും ഉണ്ടായിരിക്കട്ടെ. നിങ്ങളുടെ അവ്യാജ മിത്രം ജന്നി മാർക്സ് "

ഇത്രവളരെ കഷ്ടപ്പാടിൽപെട്ടിട്ടും തങ്ങളുടെ കർത്തവ്യ ങ്ങളെ ചെയ്യുവാൻ സാധ്യമാവുന്നുവല്ലോ എന്ന വിചാരം ഈ ദമ്പതികളുടെ ഹൃദയങ്ങളെ ഉല്ലാസകല്ലോലാകുലമാക്കിയത ല്ലാതെ, ഈ ക്ലേശങ്ങൾ അവരെ വ്യാകുലപ്പെടുത്തിയിരുന്നില്ല അവർ കുട്ടികളുടെ വാത്സല്യസാരമൃത വചനങ്ങൾ കേട്ടും, ലീലാ വിനോദ വിലാസങ്ങൾ കണ്ടും ആനന്ദതുന്ദിലയായതല്ലാതെ പട്ടി ണികൊണ്ട് അവർക്ക് വയറൊട്ടിപ്പോയതായി വിചാരമുണ്ടായതേ യില്ല. ദമ്പതികൾ പലപ്പോഴും കൈകോർത്ത് പിടിച്ചുകൊണ്ട് വീട്ടി നുള്ളിൽ തെക്കുംവടക്കും നടന്നു. ഞങ്ങളുടെ ചെറുപ്പകാലത്ത് ജൻമഭൂമിയിൽ വച്ച് പാടിയിരുന്ന ജർമൻ പ്രേമഗീതങ്ങൾ പാടു

മാറുണ്ടായിരുന്ന മാര്‍ക്സ് എത്രവളരെ കഷ്ടപ്പെടുന്നുണ്ടായിരു ന്നിട്ടും, ധനതത്വശാസ്ത്രത്തെപ്പറ്റി താന്‍ ലണ്ടനിലെ കൂലിവേല ക്കാര്‍ക്കായി പ്രസംഗങ്ങള്‍ നടത്തിക്കൊണ്ടിരുന്നതിനു ഒറ്റ കാശു പോലും പ്രതിഫലം മേടിച്ചിരുന്നില്ല. പാവപ്പെട്ട കൂലിവേലക്കാ രുടെ ഭൃത്യനായിരിക്കുന്ന തനിക്ക് അവരുടെ അഭ്യുദയാര്‍ത്ഥം ചെയ്യുന്ന പ്രശ്നങ്ങള്‍ തന്റെ കര്‍ത്തവ്യത്തില്‍ ഉള്‍പ്പെട്ടവയാക യാല്‍ അവരോട് യാതൊന്നും പ്രതിഫലമായി സ്വീകരിക്കുകയി ല്ലെന്ന് മാര്‍ക്സ് നിര്‍ബന്ധമായി നിശ്ചയിച്ചിരുന്നു.

ദുഃഖങ്ങളുമായി പോരാടിക്കൊണ്ടിരുന്ന മേല്‍പ്പടി കാലങ്ങ ളിലായിരുന്നു ജര്‍മന്‍ രാജ്യകാര്യ മന്ത്രിയായ ബിസ്മാര്‍ക്ക് മാര്‍ക്സിനെ പൊതുജനങ്ങളില്‍ നിന്നകറ്റുവാന്‍ വേണ്ടി വക്ര മാര്‍ഗ്ഗത്തിലൂടെ കൈക്കൂലികൊടുത്ത് വശപ്പെടുത്തുന്നതിലേക്ക് ഉത്സാഹിച്ചത്. ബിസ്മാര്‍ക്ക് പ്രഭു ഏറ്റവും നയജ്ഞനായ രാജ്യ തന്ത്രിയായിരുന്നതിനാല്‍ ഇക്കാര്യത്തില്‍ എത്ര മിടുക്കോടുകൂടി യാണ് ചാടി പുറപ്പെട്ടതെന്ന് വിസ്മരിക്കേണ്ട ആവശ്യമില്ല. എന്നാല്‍, അദ്ദേഹത്തിന്റെ തന്ത്രം ബുദ്ബുദ പ്രായമായിരുന്നതേ യുള്ളൂ. മാര്‍ക്സിനെ വശപ്പെടുത്തുന്നതിന് കൈക്കൊണ്ട ഉപായം ഇതായിരുന്നു. മാര്‍ക്സിന്റെ പഴയ ചങ്ങാതികളിലൊരുവനായ ബുഷര്‍, ഗവര്‍മേണ്ട് അധികൃതന്‍മാരുടെ പക്ഷത്തില്‍ ചേര്‍ന്ന് ബിസ്മാര്‍ക്കിന്റെ പ്രീതി നേടിയിരുന്നു. ബുഷര്‍ മിത്രഭാവത്തില്‍ തന്നെ മാര്‍ക്സിന് കത്തുകള്‍ അയക്കാറുണ്ടായിരുന്നു. 1865 ഒക്ടോബര്‍ 8 ന് അയച്ച ഒരു കത്തില്‍ ഇങ്ങനെ ആവശ്യപ്പെട്ടു പറഞ്ഞു: "സ്റ്റാറ്റ്സ് അന്‍ സെയ്ഗര്‍ (സര്‍ക്കാര്‍ വക വര്‍ത്തമാന പത്രിക) പത്രത്തില്‍, മാസത്തിലൊരിക്കല്‍ പണക്കച്ചവട ക്കാരെപ്പറ്റിയുള്ള ഒരു റിപ്പോര്‍ട്ട് മുടങ്ങാതെ കിട്ടുവാന്‍ ആഗ്രഹി ക്കുന്നു. ലേഖനങ്ങള്‍ക്ക് ഇത്രയിത്ര നീളമേ ആകാവൂ എന്ന നിബ ന്ധനയൊന്നുമില്ല. ഈ പ്രവൃത്തി കൈയേല്‍പ്പാന്‍ നിങ്ങള്‍ക്കു മനസ്സുണ്ടോ എന്നും, എന്തു പ്രതിഫലം കിട്ടേണമെന്നും ദയാ പൂര്‍വ്വം മറുപടിയയച്ചുതന്നാലും. ലോകാഭിവൃദ്ധിയോ, അതു നാമാവശേഷമാവുന്നതു വരെ പലേ പ്രകാരത്തില്‍ മാറിവന്നിരി ക്കും. അതിനാല്‍ രാജ്യവാസി ജനങ്ങളുടെ ക്ഷേമത്തിനായി തന്റെ ജീവിത കാലത്തില്‍ എന്തെങ്കിലും ഉപകാര പ്രവൃത്തി ചെയ്യാന്‍ ഇച്ഛിക്കുന്നവരൊക്കെ ഗവര്‍മേണ്ടിനു സഹായികളായിച്ചേര്‍ന്നു നില്‍ക്കേണ്ടതാണ്". മാര്‍ക്സ് ഈ കത്തിന്റെ ഉദ്ദേശ്യം എന്തെന്ന് ഉടനടി ഗ്രഹിച്ചു. തേളിന്നൊപ്പം വാലറ്റത്താണു വിഷമെന്നു മന സ്സിലാക്കി. ഒരു സര്‍ക്കാര്‍ വക പത്രികയില്‍ പ്രതിഫലത്തിനു

വേണ്ടി എഴുതുന്നത് സ്വതന്ത്രനിലയിൽ നിന്നുകൊണ്ടായിരുന്നാൽ കൂടിയും, തന്റെ സിദ്ധാന്തങ്ങളേയും നടത്തയേയും കുറിച്ചു തന്റെ അനുയായികൾക്ക് ദുശ്ശങ്ക ഉണ്ടാക്കുമെന്നും അതുനിമിത്തം തന്റെ ഉദ്ദേശ്യം നിഷ്ഫലമാവുമെന്നും മാർക്സ് തന്റെ ഉൾക്കണ്ണിനാൽ അകലെക്കൂടി കണ്ടു. പണത്തിന് എത്രയേറെ ബുദ്ധിമുട്ടുണ്ടാ യാലും ഒരു സർക്കാർ പത്രികയിലേക്കു വല്ലതും എഴുതു കൊടുത്തു പ്രതിഫലം വാങ്ങുവാൻ താൻ ഒരുക്കമല്ലെന്ന് ഉറപ്പി ച്ചു. അതിൻവണ്ണം ബുഷർക്കു മറുപടിയും അയച്ചു. ബിസ് മാർക്കിന്റെ തന്ത്രം ഇങ്ങനെയാണ് പൊളിഞ്ഞുപോയത്. തന്നെ ക്കാളും തന്റെ കളത്രപുത്രാദികളെക്കാളും തനിക്ക് വാത്സല്യഭാ ജനമായിരുന്നത് പാവപ്പെട്ട കൂലിവേലക്കാരുടേയും മറ്റു ജനങ്ങ ളുടേയും ക്ഷേമത്തിനായി താൻ നടത്തിവന്ന പ്രയത്നങ്ങളായി രുന്നതിനാൽ അതിന് എന്തെങ്കിലും ഊനം തട്ടുവാൻ തക്കവണ്ണം താൻ പണത്തെ ആഗ്രഹിക്കുകയില്ലെന്നായിരുന്നു മാർക്സിന്റെ നിഷ്ഠ. സൻമാർഗ്ഗ പ്രമാണങ്ങളിൽ ദൃഢവ്രതനായിരിക്കൈക്കൊണ്ട് മാർക്സിനു ഇങ്ങനെ കൈക്കൂലി പാപിയാകാതിരിപ്പാൻ കഴി കയും ചെയ്തു.

ക്രിസ്ത്വാബ്ദം 1864-ൽ മാർക്സ് ചില ചങ്ങാതിമാരുമായാ ലോചിച്ച് "ഇന്റർനാഷണൽ വർക്കിംഗ് മെൻസ് അസ്സോസിയേ ഷൻ" (പലേ രാജ്യങ്ങളിലുമുള്ള വേലക്കാർ തമ്മിൽ കൂടിച്ചേർന്ന് നടത്തുന്ന സംഘം) സ്ഥാപിച്ചു. 6–7 കൊല്ലം യൂറോപ്പിലെ രാജ്യ കാര്യങ്ങളെ അനൽപ്പം ബാധിച്ചിരുന്ന ഈ സംഘത്തിൽ ഇറ്റാ ലിയൻ ദേശാഭിമാനിയായ മാസ്സിനി കൂടി അംഗമായിരുന്നിരുന്നു. കൊല്ലം തോറും ഓരോ മുഖ്യ നഗരങ്ങളിൽ യോഗം ചേർന്ന് പല പ്രമേയങ്ങൾ സംഘകാര്യങ്ങളിൽ ഏർപ്പെടുത്തുകയും നട ത്തേണ്ട കാര്യങ്ങൾക്ക് വ്യവസ്ഥ വരുത്തുകയും,ചെയ്തിരുന്ന മേൽപ്പടി സംഘം വഴിയായി നാനാ രാജ്യങ്ങളിലെ വേലക്കാർ തമ്മിൽ ഐക്യമത്യത്തിനും ദൃഢബന്ധതയ്ക്കും സംഗതി വന്നു. "സകലരാജ്യങ്ങളിലേയും വേലക്കാരേ യോജിപ്പിൻ" എന്നായി രുന്നു മാർക്സിന്റെ സിംഹ നാദം. യൂറോപ്പ് ഭുഖണ്ഡത്തിലെങ്ങും മാറ്റൊലിക്കൊണ്ടിരുന്നു". ക്രിസ്തുമതത്തെ സ്ഥാപിച്ചതിനും ലോകം നശിച്ചതിനും ശേഷം വേലക്കാരുടെ ഈ ഉണർന്നേൽ പ്പിനു തുല്യമായി യാതൊന്നും കണ്ടിട്ടില്ല"– എന്നായിരുന്നു 'ടൈംസ്' പത്രം പ്രസ്താവിച്ചത്. ഈ സംഘത്തിൽ പ്രമാണിക ളായി നിന്നിരുന്നവരെ അതാതു രാജ്യത്തെ ഗവർമേണ്ട് ഉപദ്ര വിച്ചു വന്നു. അതു നിമിത്തം സമ്പത്തിനു പ്രാബല്യവും ഏറി

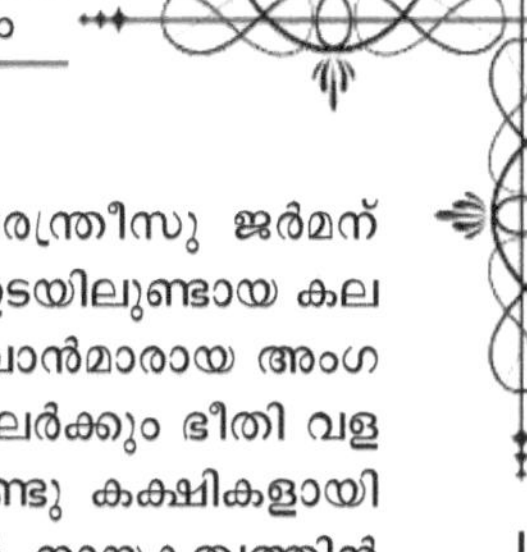

വന്നു എന്നാൽ 1870-71-ാം മാണ്ട് നടന്ന ഫ്രഞ്ച്-ജർമൻ യുദ്ധം നിമിത്തവും പാരീസിലെ ജനങ്ങളുടെ ഇടയിലുണ്ടായ കലഹങ്ങൾ നിമിത്തവും സംഘത്തിലെ ഉത്സാഹവാൻമാരായ അംഗങ്ങൾ പലരും വിട്ടുപോയി. സഹായികളായ പലർക്കും ഭീതി വളരുകയും ചെയ്തു. സംഘ സാമാജികന്മാർ രണ്ടു കക്ഷികളായി പിരിവാനുമിടയായി. ഒരു കൂട്ടർ മാർക്സിന്റെ നായകത്വത്തിൻ കീഴിൽ സമാധാന വഴികളേയും നിയമാനുസരണമായ നടപടികളേയും കൈക്കൊണ്ട് നടക്കുന്നവരും, മറ്റേ കൂട്ടർ മൈക്കേൽ ബക്കുനിൻ എന്ന റഷ്യൻ വേദാന്തിയെ നായകനാക്കിക്കൊണ്ട് അതിക്രമ നടപടികൾക്ക് ഒരുങ്ങിയവരും ആയിരുന്നു. ഇവർ തമ്മിൽ ഇടയുക നിമിത്തം സംഘം ക്ഷീണിച്ചു. ഒടുവിൽ 1876 -ൽ പൊളിഞ്ഞുപോവുകയും ചെയ്തു.

മാർക്സ് സാഹിത്യ വിഷയത്തിൽ ഒട്ടെറെ ഉത്സാഹിച്ചിരുന്നു. പത്രങ്ങളിൽ ലേഖനങ്ങൾ എഴുതുക മാത്രമല്ല ചെയ്തിരുന്നത്. തന്റെ സംഘം വക ഉദ്ദേശ്യങ്ങളെ വിശദമാക്കാനായി ലഘു പത്രികകൾ, പ്രബന്ധങ്ങൾ, വിജ്ഞാപനങ്ങൾ, കത്തുകൾ ഇത്യാതികൾ എഴുതുകയും ചെയ്തിരുന്നു. ഇവയിൽ ചിലതൊക്കെ എതിരാളികളോടു നടത്തിയ വാദപ്രതിവാദങ്ങൾ മാത്രമായിരുന്നു, എന്നാൽ ശാശ്വത കീർത്തിക്കാസ്പദമായ ചില ഗ്രന്ഥങ്ങളും മാക്സ് എഴുതിയിട്ടുണ്ട്. "മൂല്യം, വില, ലാഭം" എന്ന വിഷയത്തെപ്പറ്റിയ ചെറിയ പുസ്തകവും, അർത്ഥ വിജ്ഞാനീയത്തെ (ധനശാസ്ത്രം) സംബന്ധിച്ച് വിമർശനങ്ങൾ അടങ്ങിയ വലിയ പുസ്തകവും ഈ ഇനത്തിൽ ഉൾപ്പെട്ടതാണ്. ഇവയെക്കാളൊക്കെ പ്രസിദ്ധയും വിഖ്യാതവുമായ കൃതി "മൂലധനം" വിഷയമാക്കി എഴുതിയിട്ടുള്ളതാണ്. അത് സോഷ്യലിസ (ഏക യോഗക്ഷേമവാദ) ക്കാരുടെ വേദഗ്രന്ഥം എന്ന നിലയിൽ ആദരിക്കപ്പെട്ടിരിക്കുന്നു. ഏതു രാജ്യത്തുമുള്ള സോഷ്യലിസക്കാരനു വാദത്തിൽ യുക്തിക്ക് ആയുധപ്പുരയായിരിക്കുന്നത് മേൽപ്പടി ഗ്രന്ഥമാകുന്നു. ഇതിന്റെ ഒന്നാം ഭാഗം മാർക്സിന്റെ ജീവിതകാലത്തിൽ തന്നെ പ്രസിദ്ധീകരിക്കപ്പെട്ടിരുന്നു. ബാക്കി രണ്ടുഭാഗങ്ങൾ മാർക്സിന്റെ മരണാനന്തരമായിരുന്നു പ്രസിദ്ധപ്പെടുത്തിയത്. രണ്ടാമത്തെയും മൂന്നാമത്തെയും ഭാഗങ്ങൾ എഴുതാൻ ആവശ്യപ്പെട്ട സൂചനകളൊക്കെ മാർക്സ് കുറിച്ചുവെച്ചിരുന്നു. ഇവയെ അദ്ദേഹത്തിന്റെ ഇഷ്ടനും സഹായനും അന്തേവാസിയുമായ ഫ്രീഡ്റിക്കു ഐൻജെൽസു വിസ്തരിച്ചു സംഘലനം ചെയ്തു പ്രകാശിപ്പിച്ചതോടുകൂടി മേൽപ്പടി കൃതി സമ്പൂർണ്ണമാ

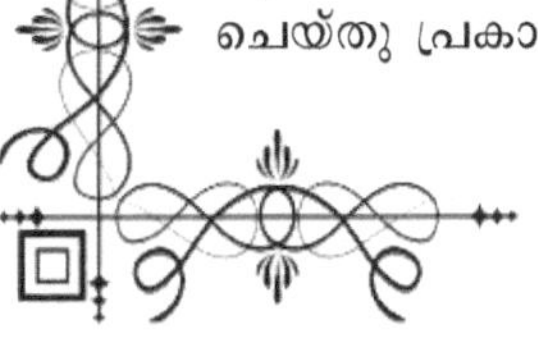

യിരിക്കുന്നു.

നാം ഇതാ മാർക്സിന്റെ ചരമ ദശയിലേക്ക് അടുത്തെത്തി
യിരിക്കുന്നു. പത്തു പതിമൂന്നു കൊല്ലമായി മാർക്സ് സ്വശക്തി
യെക്കവിഞ്ഞു പണിയെടുക്കക്കൊണ്ടും പോഷണപരമായ
ആഹാരം ലഭിക്കായ്ക കൊണ്ടും ചിന്താക്ലേശങ്ങൾകൊണ്ടും മന
സ്സിന് പ്രയത്ന ഭാരം ഏറുകകൊണ്ടും അദ്ദേഹത്തിന്റെ ശരീരം
ഉടഞ്ഞുതുടങ്ങിയിരുന്നു. പിത്താശയോപദ്രവവും ഉറക്കമില്ലാ
യ്മയും നിരന്തരം അദ്ദേഹത്തെ വ്യഥിപ്പിച്ചിരുന്നു. ഈ ക്ലേശങ്ങൾ
സഹിച്ചുകൊണ്ടിരിക്കെ 1881–ൽ അദ്ദേഹത്തിന് ഭാര്യാവിയോഗ
വ്യഥയും അനുഭവമായി. തന്റെ ജീവിത ധാരണത്തിന് ഏക ആശ്ര
യമായിരുന്ന ഈ സ്ത്രീരത്നത്തിന്റെ മരണം മാർക്സിന് വാർദ്ധ്യ
കാലത്ത് എത്ര സങ്കടകരമായിരുന്നെന്ന് ആർക്കും ഊഹിക്കാവു
ന്നതാണ്. അദ്ദേഹം പിന്നെ ഏറെക്കാലം ജീവിച്ചിരുന്നില്ല. 1883
മാർച്ച് 14 ന് തന്റെ കസാലയിൽ ഉപവേശിച്ചുകൊണ്ടിരിക്കതന്നെ
പ്രസന്നമുഖനായി മൃത്യുവിനെ വരിച്ചു. മരണ സമയം മുഖത്ത്
പുഞ്ചിരി കളിയാടിക്കൊണ്ടിരുന്നു. ഇപ്രകാരമായിരുന്നു മാർക്സ്
മഹർഷി സമാധിയെ പ്രാപിച്ചത്. അദ്ദേഹത്തിന്റെ ഓർമ്മയ്ക്കായി
ഒരു സ്ഥാപനം ആവശ്യമാണെന്നും അദ്ദേഹത്തിന്റെ ശവകുടീര
ത്തിന് മേൽ ഒരു ശിലാസ്തംഭമായിരിക്കേണം സ്ഥാപനം എന്നും
ഈയിടെ കുറെ മുമ്പ് ഒരാലോചനയുണ്ടായി. അതിന് അദ്ദേഹ
ത്തിന്റെ ശിഷ്യൻമാരിൽ ഒരാൾ ഇങ്ങനെ മറുപടി പറഞ്ഞു
"മാർക്സിന്റെ സ്മാരക പ്രതിഷ്ഠ ഇപ്പോൾ തന്നെ നിലവിലുണ്ട്.
ചുറ്റികകൊണ്ടടിച്ചു പണിചെയ്തു പിത്തള പാത്രത്തിലോ, ഉളി
കൊണ്ട് കൊത്തിയെടുത്ത ശിലാരൂപത്തിലോ അല്ല - മനുഷ്യ
രുടെ ഹൃദയങ്ങളിലത്രേ, നാനാ രാജ്യങ്ങളിലെ സോഷ്യലിസ്റ്റു
കൾ യോജിച്ചു നടത്തുന്ന പ്രവൃത്തി മുഴുവൻ മാർക്സിന്റെ
സ്മാരക പ്രതിഷ്ഠയാകുന്നു; സോഷ്യലിസ സൈന്യങ്ങൾക്ക് ലഭി
ക്കുന്ന ഓരോ വിജയവും ആ പ്രതിഷ്ഠയെ വീണ്ടും വീണ്ടും
ഉയർത്തുന്നു.

ഈ പ്രബന്ധത്തെ ഉപസംഹരിക്കും മുമ്പ് മാർക്സിന്റെ
പരോപകാര പ്രവൃത്തികളിൽ പ്രേരണാശക്തിയായിരുന്ന ആശ
യങ്ങളേയും സിദ്ധാന്തങ്ങളെയും സംക്ഷിപ്തമായി പ്രതി
പാദിക്കാം. മനുഷ്യവർഗത്തിന്റെ സകല സംഗതികൾക്കും രാജ്യ
തന്ത്ര പ്രതിഷ്ഠകൾ മതകാര്യങ്ങൾ സാഹിത്യ പരിശ്രമങ്ങൾ
ഇത്യാദികൾക്കൊക്കെയും ഉണ്ടാകുന്ന വൃദ്ധിക്ഷയങ്ങൾ അവ
രുടെ ധനാദായകാര്യങ്ങളെ പ്രായേണ അന്യാപേക്ഷ കൂടാതെ

ആശ്രയിച്ചിരിക്കുന്നു എന്നായിരുന്നു അദ്ദേഹത്തിന്റെ അഭിപ്രായ
ങ്ങളിലൊന്ന്. ഓരോ ദേശത്തു, ഓരോ കാലങ്ങളിൽ, സമ്പദുൽ
പ്പത്തി സമ്പ്രദായങ്ങൾക്കൊപ്പം സമുദായഘടനയിലും, സമുദായ
ത്തിനുള്ളിൽ നടക്കുന്ന ആശയങ്ങൾക്കും, പുരുഷാർത്ഥ
ങ്ങൾക്കും, ഭേദഗതികൾ ഉണ്ടാവുന്നു എന്നാണ് ഈ അഭിപ്രായ
ത്തിന്റെ താൽപ്പര്യം. ഇതിൽ നിന്നു ഗ്രഹിക്കേണ്ട തത്വം ഇതാണ്:
എല്ലാ ദേശങ്ങളിലും ജനസമുദായം ചില പരിണാമനിയമങ്ങളെ
അനുസരിക്കുന്നു; എന്നാൽ ഈ നിയമങ്ങളോ, ആ ജനസമുദാ
യത്തിന്റെ വ്യവസായ സ്ഥിതികളെ ആശ്രയിക്കുന്നവയാണ്.
സമുദായത്തിന്റെ പരിണാമങ്ങളിൽ പ്രാകൃതനിയമങ്ങൾക്കാണു
പ്രാധാന്യമെന്നും, മനുഷ്യന്റെ ഇച്ഛാശക്തിക്കു തുച്ഛരമായ
പ്രഭാവമേയുള്ളു എന്നുമാണ് മാർക്സിന്റെ സിദ്ധാന്തത്തിൽ
നിന്നു അനുമാനിക്കേണ്ടിവരുന്നത്. ഈ അഭിപ്രായം മുഴുവൻ
ശരിയല്ലെന്നും, ലോക പരിഷ്കാരത്തിൽ, ഓരോരോ ജനസമുദാ
യങ്ങൾ അതാതു സമുദായത്തിനുള്ളിലുള്ള ആളുകളുടെ
പ്രഭാവങ്ങളാലാണു പരിഷ്കാരത്തെ പ്രാപിക്കുന്നതെന്നും,
പ്രകൃതിനിയമങ്ങളെ ലോക പരിഷ്കാരങ്ങൾക്കു ആധാരമാക്കി
പ്പറയുമ്പോൾ നാം ഭാഗ്യദേവതയെ ആരാധിക്കുകയാകുന്നു
ചെയ്യുന്നതു എന്നും, മാർക്സിന്റെ സിദ്ധാന്തത്തെപ്പറ്റി ചിലർ
ആക്ഷേപം പറയുന്നുണ്ട്.

മാർക്സിന്റെ മറ്റൊരു സിദ്ധാന്തം ലോകത്തിൽ മനുഷ്യർ
മിക്കവാറും രണ്ടു ശത്രുകക്ഷികളായി തിരിഞ്ഞു അവിടവിടെ
വഴക്കു കൂട്ടിക്കൊണ്ടിരിക്കുന്നു എന്നാണ്. ലോകചരിത്രം മുഴുവൻ
ഇങ്ങനെയുള്ള കക്ഷിപ്പിണക്കങ്ങൾക്കു ലക്ഷ്യമായിരിക്കുന്നു
എന്നും ലോകപരിണാമങ്ങൾക്കു ഹേതുഭൂതമായിരുന്നിരുന്ന
ശക്തികൾ ഈ കക്ഷിപ്പിണക്കങ്ങളായിരുന്നു എന്നും, മാർക്
സിനു അഭിപ്രായമായിരുന്നു. "സ്വതന്ത്രന്മാരും ദാസന്മാരും ത
മ്മിലും, അഭിജാതന്മാരും പ്രാകൃതന്മാരും തമ്മിലും, ജന്മിയും
കൊഴുവനും തമ്മിലും കച്ചവടമുതലാളിയും വില്പനപ്പണി
ക്കാരനും തമ്മിലും ചുരുക്കിപ്പറയുന്നതായാൽ പീഡകന്മാരും
പീഡിതന്മാരും തമ്മിൽ-നിത്യശത്രുക്കളായി നിന്നു. ചിലപ്പോൾ
ഒളിവിലും, ചിലപ്പോൾ വെളിവിലും, ഇടവിടാതെ പൊരുതിക്കൊ
ണ്ടിരിക്കുന്നു....നമ്മുടെ മധ്യമ ജാതിയുടെ ഉദയത്തോടുകൂടി
ഈ കക്ഷിപ്പിണക്കങ്ങൾ ലഘുവായിത്തീർന്നു. ഇപ്പോൾ
ജനസമുദായം മുഴുവൻ മധ്യമജാതിജനങ്ങൾ എന്നും അധമ
ജാതിജരായ വേലക്കാർ എന്നും രണ്ടു ശത്രുകക്ഷികളായി

പിരിഞ്ഞു പൊരുതിക്കൊണ്ടിരിക്കുന്നു." ഇങ്ങനെയായിരുന്നു മാർക്സ് തന്റെ സമഷ്ടിവാദ വിജ്ഞാപന പത്രത്തിൽ പറഞ്ഞത്. ഈ അഭിപ്രായം മാർക്സിനു തന്നെ കണ്ഠപാശമായിത്തീർന്നു. 'ഇന്റർനാഷണൽ അസോസിയേഷൻ' എന്ന വേലക്കാരുടെ സംഘം ഏർപ്പെടുത്തിയപ്പോൾ, അതിലേക്കു മധ്യമജാതിജനായ മാർക്സിനു വേലക്കാരുടെ സംഘത്തിൽ ചെന്നു നടപ്പാൻ അവകാശമില്ലെന്നു വേലക്കാർ ചിലർ ശഠിക്കുകയും ചെയ് തിരുന്നു.

ധനതത്വശാസ്ത്രം സംബന്ധിച്ചു മാർക്സ് സ്വരൂപിച്ച സിദ്ധാന്തമാണ് ഏറെ പ്രസിദ്ധപ്പെട്ടത്. എന്താണ്, ഒരുവൻ കുറേ മൂലധനം മുടക്കി തൊഴിൽ നടത്തുമ്പോൾ അതിൽ നിന്നു ലഭി ക്കുന്ന ആദായം എത്ര വലുതായിരുന്നാലും അതുണ്ടാക്കുവാൻ പണിയെടുക്കുന്ന വേലക്കാർക്കു ദാരിദ്ര്യം കുറയാതെയും മുതലാളിയായ യജമാനനു ധനം വർധിച്ചും ഇരിപ്പാൻ കാരണം? ഒരു സാധനത്തിന്റെ വിലയെ വർദ്ധിപ്പിക്കാൻ തക്കവണ്ണം അതിന്മേൽ വേല ചെയ്യുന്നവനായ കൂലിവേലക്കാരനു കിട്ടേണ്ടുന്ന ന്യായമായ ആദായം ലഭിക്കുന്നില്ലെന്നും, വേലക്കാരന്റെ ഓഹരി കൂടെ മുതലാളി ഏറെക്കുറെ കൈയടക്കിക്കൊള്ളുന്നുവെന്നും ആണ് മാർക്സിന്റെ അഭിപ്രായഗതി. ഈ അഭിപ്രായം സോ ഷ്യലിസത്തിന്റെ അധിഷ്ഠാനങ്ങളിൽ മുഖ്യമായുള്ളതു അല്ലെ ങ്കിൽ ഒന്നാമത്തേതു ആകുന്നു എന്നു പറയാം. മൂലധനവും വേലയും തമ്മിലുള്ള ബന്ധത്തെ നിജപ്പെടുത്തിപ്പറയുന്നതായാൽ, ഇപ്പോൾ നടപ്പിലിരിക്കുന്ന അർത്ഥശാസ്ത്രം അസംബന്ധമാ ണെന്നും, ശരിയായ തത്വങ്ങൾ സോഷ്യലിസക്കാർ സമർത്ഥി ക്കുന്നു. വേലക്കാരന്റെ പ്രതിഫലമായ കൂലി എവിടെ നിന്നും വന്നു? മൂലധനത്തിൽ നിന്നാണെന്നു ഇപ്പോഴത്തെ അർത്ഥശാ സ്ത്രജ്ഞന്മാർ സമാധാനം പറയുന്നു. അല്ല, വേലക്കാരന്റെ വേലയുടെ ഫലത്തിൽ നിന്നാണു അവന്റെ കൂലി ലഭിക്കുന്നത്, മുതലാളിയുടെ മുതലിൽ നിന്നല്ല, എന്നു പുതിയ ധനശാസ്ത്ര പ്രകാരം, സോഷ്യലിസക്കാരും പറയുന്നു. വേല എന്നാൽ കർമ്മം, കൂലി, കർമ്മഫലവും ആകുന്നു. ഒരു സാധനത്തിന്മേൽ ചെയ്യുന്ന കർമ്മത്തിന്റെ ഫലം വാസ്തവത്തിൽ എന്താണു? ആ സാധനം സംസ്കരണത്താൽ പുതിയ രൂപത്തെ പ്രാപിച്ചു വിലയേറിയ തായിത്തീർന്നിരിക്കുന്ന അവസ്ഥ തന്നെയല്ലേ? സംസ്കരണത്താ ലാകുന്നു വില കൂടുതൽ ഉണ്ടാകുന്നത്. ഇതു തന്നെയാണല്ലോ കർമ്മത്തിന്റെ പ്രതിഫലം. ആ സാധനം പൂർണമായ സംസ്

കരണത്തിലെത്തുംവരെ അതിന്മേൽ ചെയ്തുകൊണ്ടിരിക്കുന്ന തുമായ ഓരോ പരിഷ്കാരവും അതിനു വിലക്കൂടുതലുണ്ടാ കുന്നു; ഈ വിലക്കൂടുതൽ നിമിത്തം മുതലാളിയുടെ മുതലിനെ വർദ്ധിപ്പിക്കുകയല്ലേ വാസ്തവത്തിൽ നടത്തുന്നത്? മുതലാളിക്കു ആ സാധനം ആ അവസ്ഥയിൽ വിലപ്പോകുന്നില്ലെന്നിരുന്നാലും സാധനത്തിനു സംസ്കരണത്താൽ വില കൂടുതലായി വരുന്നു ണ്ടെന്നും ക്രമസിദ്ധമായ വിലക്കൂടുതൽ മുതലാളിയുടെ മൂല ധനത്തെ ക്രമേണ വലുതാക്കുന്നു എന്നും, മൂലധനത്തിന്റെ ഈ വർദ്ധന വേലക്കാരന്റെ വേലയുടെ ഫലമാണെന്നും കുറെ ആലോചിച്ചാൽ വെളിവാകും. ഈ സ്ഥിതിക്ക് വേലക്കാരന്റെ പണിക്കു കൂലി കൊടുപ്പാൻ മുതലാളി തന്റെ കൈയിൽ നിന്നു തന്നെ ആദ്യം പണം എടുത്തു ചെലവാക്കുന്നുണ്ടെങ്കിലെന്ത്? അതിനു പകരമായി വേലക്കാരൻ തന്റെ പണികൊണ്ടു മുത ലാളിക്കു മുതൽക്കൂടുതൽ ഉണ്ടാക്കിക്കൊടുത്തിരിക്കുന്നുവല്ലോ. അപ്പോൾ കൂലിയുടെ ഉൽപ്പത്തിസ്ഥാനം വേലക്കാരന്റെ വേല ആണെന്നല്ലാതെ, മുതലാളിയുടെ മൂലധനമാണെന്നു എങ്ങനെ സാധിക്കും? അതിനാൽ, മൂലധനക്കാരൻ തൊഴിലിലെ ആദായത്തെ അതുണ്ടാക്കുന്ന വേലക്കാർക്കു കൊടുക്കാതെ താൻ തന്നെ കൈയടക്കുന്നതു ന്യായമല്ല എന്നു സ്പഷ്ടമാകുന്നു. ഇതാണു സോഷ്യലിസക്കാരുടെ അർത്ഥശാസ്ത്രത്തിൽ പ്രധാനമായ തത്വം. മാർക്സ് ഈ തത്വത്തെ വിശദപ്പെടുത്തി ക്കാണിക്കുകയാൽ വ്യവസായികളുടെയിടയിൽ അതേവരെ ഉണ്ടായിട്ടില്ലാത്ത ക്ഷോഭം ഉണ്ടാകയും, ഈ തത്ത്വം അനേക രുടെ മനസ്സിനെ ആവർജ്ജിച്ചു ക്രമേണ ലോകമൊട്ടുക്കു പരന്നു പിടിക്കുകയും ചെയ്തു.

മേൽപ്പറഞ്ഞ അർത്ഥശാസ്ത്ര തത്ത്വത്തെ ആധാരമാക്കി ക്കൊണ്ടു മാർക്സ് കെട്ടിക്കിളർത്തിയ കമ്മ്യൂണിസം (സമഷ്ടിവാദം) എന്ന കോട്ടയുടെ സ്വരൂപമെന്താണ്? ഇതിലടങ്ങിയിരിക്കുന്ന പ്രധാന സംഗതികൾ രണ്ടുണ്ട്; ഒന്നാമതു, ഭൂമി പ്രത്യേകമൊ രാൾക്കോ ഒരു സംഘത്തിനോ ഒരു കുടുംബത്തിനോ സ്വായത്ത മായിരിക്കരുതെന്നും, ജനസമുദായത്തിന്റെ പൊതു സ്വത്തായി രിക്കണമെന്നുമുള്ള സിദ്ധാന്തമാകുന്നു. മനുഷ്യർക്കു ആഹാരം, വസ്ത്രം, വിറക്, ഔഷധം എന്നിതുകളെല്ലാം ഉണ്ടാകേണ്ടതു ഭൂമിയിൽ നിന്നാണ്. ഭൂമി തന്നെയാണ് വാസ്തവത്തിൽ നമ്മുടെ മാതാവ്. ഇപ്രകാരം മനുഷ്യർക്കു ജീവിതം പുലർത്താൻ ആവശ്യമായ സാധനങ്ങളൊക്കെ നൽകേണ്ടുന്ന ഭൂമിയെ, ചിലർ,

ഇതരന്മാരെയൊട്ടുക്കു ഒഴിച്ചു നിറുത്തിക്കൊണ്ടു, സ്വന്തമാക്കി ക്കഴിഞ്ഞാൽ, ഈ ഇതരന്മാർ ആ ചിലരുടെ അടിമകളെന്നവണ്ണം, വാഴുകയല്ലാതെ നീക്കുപോക്കു എന്തുള്ളു? ഭൂസ്വത്തുടയവർ അവനവന്റെ ഇഷ്ടത്തിനൊത്തു നടക്കുകയൊഴികെ, ഇതരന്മാ രുടെ ആവശ്യങ്ങളെ അറിവാൻ ശ്രമിക്കുമോ? ഭൂമിയിന്മേൽ സ്വത്ത്വാവകാശം ഏർപ്പെടുത്തിയിരിക്ക നിമിത്തമാകുന്നു. ദാ രിദ്ര്യം,, ദാസ്യം, സമുദായഛിദ്രം ഇത്യാദി ദോഷങ്ങൾ ഉണ്ടായി രിക്കുന്നത്. ഭൂമി യാതൊരു മനുഷ്യന്റെയും സ്വന്തം അല്ല; അതിന്മേൽ സ്വാമ്യാധികാരം നടത്തുവാൻ പ്രകൃതിനിയമപ്രകാരം യാതൊരുവന്നും അവകാശമില്ല. സ്വാമ്യം അല്ലെങ്കിൽ സ്വതം എന്ന ഉടമയെ സൃഷ്ടിച്ചതു ഗവർമേണ്ടു എന്ന രാജാധികാര സ്ഥാപനം മുഖേന മാത്രമാകുന്നു; അങ്ങനെ സൃഷ്ടിപ്പാൻ സഹായിച്ചിട്ടുള്ള ഉപകരണം, ഗവൺമെണ്ടിനാൽ ഏർപ്പെടുത്തി യിരിക്കുന്ന നിയമശാസനകളാകുന്നു. ഗവർമേണ്ടു എന്ന സ്ഥാപനവും അതിന്റെ നിയമങ്ങളും ഇന്നു ഭൂലോകത്തിൽ നിന്നു മറയട്ടെ; നാളെത്തുടങ്ങി ഭൂമിയിന്മേൽ സ്വാമ്യാധികാരം പ്രയോഗിപ്പാൻ ഒരാൾക്കും അവകാശമില്ല ശക്തിയുമുണ്ടാകില്ല, മനുഷ്യവർഗ്ഗത്തിന്റെ ആദിമചരിത്രത്തിൽ സ്വാമ്യധികാരം ഉണ്ടായിരുന്നുവോ? അക്കാലത്തു ഭൂമി, മനുഷ്യർക്കു പൊതുവിൽ അനുഭവത്തിനായിട്ടേ ഉപയോഗപ്പെടുത്തിയിരുന്നുള്ളു. അന്നു, ഇന്നത്തെപ്പോലെ ഒരുവൻ മറ്റൊരുവന്റെ അടിമയെന്നവണ്ണം കൊഴുവനായോ, കുടിയാനായോ ഇരുന്നിരുന്നില്ല. ദാരിദ്ര്യവും അനുഭവിച്ചിരുന്നില്ല. അത്തരം ജീവിതം ഇന്നു സാധ്യമല്ലയോ? സമഷ്ടിവാദക്കാർ പറയുന്നു, സാധ്യം തന്നെ എന്നു. ഗവർമേണ്ടു എന്ന സ്ഥാപനമേ ഭേദപ്പെടുത്തുവിൻ, രാജാധിപത്യം അതിന്നു ചേർന്ന നിയമങ്ങളും അതിലേക്കു യോജിക്കയില്ല. ജനങ്ങൾ തന്നെത്താൻ ഭരിപ്പിൻ, രാജ്യത്തിൽ ജനാധിപത്യം ഏർപ്പെ ടുത്തുവിൻ. അപ്പോൾ പ്രത്യേക സ്വത്തു എന്നതിനു മാർഗ്ഗമി ല്ലാത്ത വിധത്തിൽ ആ രാജ്യത്തിലെ ഭൂമി മുഴുവൻ രാജ്യവാസി ജനങ്ങളുടെ പൊതുവാക്കി വയ്ക്കാം; അതിന്മേൽ ജനാധിപത്യ നിബന്ധനകളനുസരിച്ചു കൃഷിചെയ്തും, മറ്റുവിധേനയും ഉണ്ടാകുന്നതൊക്കെ ജനങ്ങൾക്കെല്ലാം തുല്യമായി വിഭജിച്ചു അനുഭവിപ്പിൻ. ഭൂരിപക്ഷഗുണമെന്നല്ലാ, ലോകത്തിന്നൊട്ടുക്കു ഏകയോഗക്ഷേമം ആയിരിക്കും ഇതിൻ ഫലം. ഇങ്ങനെയാണു സമഷ്ടിവാദക്കാർ അഭിപ്രായപ്പെടുന്നത്. മേൽപ്പറഞ്ഞ ഒന്നാ മത്തെ കാര്യം സാധിപ്പാൻ സഹായമായി കരുതിയിരിക്കുന്ന മറ്റേ

സംഗതി, ജനങ്ങൾ സ്വകാര്യ മുതലു എന്നൊരിനം ധനമേ ആഗ്രഹിക്കരുതെന്നും എല്ലാ മുതലുകളും ജനസമുദായത്തിന്നു പൊതുവായി വിട്ടുകൊടുക്കണമെന്നും ഇതോടുകൂടി പണമേർപ്പാടിനെയും ഉപേക്ഷിക്കണമെന്നുമാകുന്നു. പണം എന്ന ഏർപ്പാടിനെ ഉപേക്ഷിക്കേണ്ട ആവശ്യം എന്താണു? അതു വിവരിക്കാം. മൂലധനം അല്ലെങ്കിൽ മുതലു എന്നൊരെണ്ണത്തെ നിലനിറുത്തിപ്പോരുന്നതു പണത്തിന്റെ സഹായത്താലാണ്. പണം എന്നൊരേർപ്പാടു ഇല്ലായിരുന്നാൽ ഒരുവൻ തന്റെ പ്രയത്നം കൊണ്ടു ശേഖരിക്കുന്ന ഭക്ഷണ സാധനങ്ങളെ മുതലാക്കി സൂക്ഷിപ്പാൻ കഴിയുമോ? ആ സാധനങ്ങൾ ഉടനുടൻ ഉപയോഗിച്ചു ചെലവാക്കേണ്ടവയായിരുന്നാൽ, അവയെ സം ഭരിച്ചിട്ടിരിക്കുന്നതു കൊണ്ടു ഗുണമെന്ത്? അവ ശീഘ്രം നശിച്ചു പോയേക്കാവുന്നവയായാൽ ചീഞ്ഞോ ഉണങ്ങിയോ മറ്റോ ഉപയോഗത്തിനു പ്രയോജനപ്പെടാതെയായേക്കും. അവയെ വിലയ്ക്കുകൊടുത്തു പകരം വിലയുടെ തോതായ പണം മേടിച്ചു കൂട്ടിയാൽ ഇതു ചീഞ്ഞിട്ടോ ഉണങ്ങീട്ടോ ഉടനടി നശിച്ചുപോയി എന്നു വിഷാദിക്കേണ്ടിവരുകയില്ല. വിലയുടെ അളവിനെ കുറിക്കുവാനാണു പണം ഏർപ്പെടുത്തിയിരിക്കുന്നു. എന്നാൽ ക്രയവിക്രയവ്യവസ്ഥ, 'എന്റേതു' എന്നും 'നിന്റേതു' എന്നും ഭേദവിചാരമുള്ള ഒരു സമുദായത്തിനുള്ളിലല്ലാതെ, 'എന്റെതു യാതൊന്നുമില്ല, എല്ലാം സമുദായത്തിന്റെ വകയാണ്' എന്നു വിചാരത്തോടു കൂടി നടന്നു പോരുന്ന ഒരു ജനസമുദായ ത്തിനുള്ളിൽ ഉണ്ടായിരിപ്പാൻ അവകാശമില്ല, അതിനാൽ സ്വകാര്യമുതൽ യാതൊരാൾക്കും ഉണ്ടായിരിക്കരുതെന്നു നിബന്ധന നടപ്പിൽ വരുമ്പോൾ പണത്തിന്റെ ആവശ്യകതയെ ഇല്ല എന്നു സ്പഷ്ടമാകുന്നു. ഈ പണം എന്നതു ലോകത്തിൽ ദാരിദ്ര്യദോഷങ്ങൾ പലതും ഉത്ഭവിപ്പിച്ചു സമുദായത്തിന്റെ സന്മാർഗ്ഗ നിഷ്ഠയ്ക്കു കൂടി ഹാനി തട്ടിച്ചിരിക്കുന്നു എന്നു മാർക്സിന്റെ തത്വവാദങ്ങളാൽ വെളിപ്പെടുത്തിയിട്ടുണ്ട്. ഇതി നെപ്പറ്റി ഈ അവസരത്തിൽ വിസ്തരിച്ചു പറയേണ്ട ആവശ്യ മില്ലായ്കയാൽ അതിലേക്കു തുനിയുന്നില്ല.

മാർക്സ് മേലെഴുതിയ പ്രകാരം തന്റെ ലഘുലേഖകൾ കൊണ്ടും ശാസ്ത്രീയ ഗ്രന്ഥങ്ങൾ കൊണ്ടും സംഘങ്ങൾ കൊണ്ടും, ബഹുജനോപകാരം ചെയ്തിട്ടുണ്ടെന്നുള്ളതിനേക്കാൾ ശ്രേഷ്ഠതരമായ സംഗതി ഒന്നുണ്ടു. അദ്ദേഹം ലോകോപ കാരികളിൽ ഒരു ഉന്നത പദത്തെ അർഹിക്കുന്നതു, പാവപ്പെട്ട

കൂലിവേലക്കാർക്കു മോക്ഷമാർഗ്ഗമുപദേശിച്ചതു വഴിക്കാകുന്നു. ഈ സാധുക്കൾ അവരുടെ ആത്മീയശക്തിയെ അറിയാതെ കോടീശ്വരന്മാരുടെ അടിമകളായി പണിയെടുത്തു. ദാരിദ്ര്യത്തിൽ തന്നേ കിടന്നുറങ്ങുകയായിരുന്നു. മാർക്സ് അവയെ തട്ടിയുണർത്തി അവരുടെ ശക്തി എത്ര മഹത്താണെന്നും അവർ ആ ശക്തിയെ ഉപയോഗപ്പെടുത്താൻ ഒത്തൊരുമിച്ചുത്സാഹിച്ചാൽ അവർക്കു മോക്ഷം ലഭിക്കുമെന്നും ഉപദേശിച്ചു. 'പാരതന്ത്ര്യത്തിൽ നിന്നു മോചനം ലഭിപ്പാൻ ആഗ്രഹമുള്ളവൻ താൻ തന്നെ അതിലേക്കു പ്രയത്നിക്കണം' - എന്നായിരുന്നു മാർക്സ് അവരെ ബോധ്യ പ്പെടുത്തിയതു. "സകല രാജ്യങ്ങളിലുമുള്ള കൂലിവേലക്കാരേ, യോജിപ്പിൻ, ഇതുനിമിത്തം നിങ്ങൾക്കു നിങ്ങളെ ബന്ധിച്ചിട്ടി രിക്കുന്ന ചങ്ങലകളെന്നിയേ മറ്റൊന്നും നഷ്ടപ്പെടുവാനില്ല. ലാഭമോ, ഐഹികം മുഴുവനുണ്ടുതാനും" എന്നുള്ള മാർക്സിന്റെ വാക്കുകൾ, വേലക്കാരുടെ ഹൃദയങ്ങളിൽ തട്ടുക മാത്രമല്ല, ദൃഢമായി പതിയുകയും, ഇതു നിമിത്തം, അവരുടെ ഉള്ളിൽ ഉറങ്ങിക്കിടന്നിരുന്ന പൗരുഷം ഉണർന്നു എഴുന്നേൽക്കുകയും ചെയ്തു. ഈ ഉണർച്ച അന്നു തുടങ്ങി ക്രമേണ പടർന്നു പിടിച്ചുകൊണ്ടിരിക്കുന്നതല്ലാതെ, ക്ഷയിച്ചിട്ടേയില്ല. മാർക്സിന്റെ വാക്കുകൾക്കു ഈ വിധം ഫലിപ്പിപ്പാൻ എങ്ങനെ ശക്തിയു ണ്ടായി? അതിന്റെ രഹസ്യം അദ്ദേഹത്തിന്റെ ജീവിത ചരിത്ര ത്തിൽ കണ്ടറിയാവുന്നതാണ്. അദ്ദേഹം ഒരു സൽക്കാര്യത്തിനായി ഉദ്യോഗിച്ചു. സാധുക്കളായ വേലക്കാരെ അവരുടെ ദാരിദ്ര്യനിദ്ര യിൽ നിന്നു ഉണർത്തീട്ടില്ലെങ്കിൽ അവർ നശിച്ചുപോയേ ക്കുമെന്നു അദ്ദേഹത്തിന്റെ ഉള്ളിൽ ഒരു വിചാരം ആളിപ്പിടിച്ചു. അവരെ കോടീശ്വരന്മാർ അടിമകളാക്കി ക്ലേശിപ്പിക്കുകയാണു ഈ നിദ്രയുടെ കാരണമെന്നും അദ്ദേഹത്തിനു മനസ്സിലായി. അവരെ അവരുടെ നികൃഷ്ടസ്ഥിതിയിൽ നിന്നു ഉയർത്തി പൗരുഷഗുണ മുള്ളവരാക്കേണ്ടതു തന്റെ കടമയാണെന്നും മാർക്സിനു ബോ ധ്യമായി. ഈ കർത്തവ്യകർമ്മബോധം മാർക്സിനെ മുന്നോട്ടു ഇളക്കിവിട്ടു. അവരുടെ കഷ്ടപ്പാടുകളെ താനും അനുഭവിച്ചു. അവർക്കുവേണ്ടി, താൻ സ്ഥാനമാനങ്ങളെയും ധനാർജ്ജന ത്തെയും ത്യജിച്ചു. അവരെ ദാസ്യമെന്നും ദാരിദ്ര്യമെന്നും പേരായ നരകങ്ങളിൽ നിന്നു മോചിപ്പിപ്പാൻ തന്റെ ജീവിതത്തെ ബലികഴിച്ചു. ഈ ആത്മത്യാഗത്താൽ അദ്ദേഹത്തിന്റെ വാക്കു കൾക്കു അഭുതപൂർവ്വമായ സിദ്ധിവിശേഷവും ലഭിച്ചു. ലോക ത്തിൽ അധർമ്മവിഛേദനത്തിനും ധർമ്മസ്ഥാപനത്തിനുമായി

പ്രയത്നിച്ചിട്ടുള്ളവരിലാരും ക്ലേശങ്ങൾ അനുഭവിക്കാതെയോ, ആത്മത്യാഗം ചെയ്യാതെയോ, ഉദ്ദേശ്യങ്ങളെ പ്രാപിച്ചിട്ടില്ലെന്നു മതസ്ഥാപകന്മാരായ ക്രിസ്തുയേശു, മുഹമ്മദ് നബി, ബുദ്ധമുനി ഇത്യാദി മഹാന്മാരുടെ ചരിത്രങ്ങൾ ലക്ഷ്യമായിരിക്കുന്ന അവസ്ഥയ്ക്കു, സമഷ്ടിവാദ മതസ്ഥാപകനായ ഈ സിദ്ധന്റെ നാമത്തെ ഇന്നും ലോകത്തിൽ അനേകലക്ഷം ജനങ്ങൾ ഭക്തിയോടുകൂടി സ്മരിക്കാൻ സംഗതി വന്നതിനെപ്പറ്റി ആശ്ചര്യപ്പെടുവാനെന്തുള്ളു?

25. യൂറോപ്പിലെ ജനങ്ങൾക്കു സ്വാതന്ത്ര്യത്തിനുവേണ്ടി റൂഷോ എന്ന മഹാൻ 18-ാം നൂറ്റാണ്ടിൽ എന്തൊക്കെ കഷ്ടങ്ങൾ സഹിച്ചു ഉത്സാഹിച്ചിരുന്നുവോ, മാർക്സും കൂട്ടരും 19-ാം നൂറ്റാണ്ടിൽ അപ്രകാരം യത്നിച്ചിരുന്നു. മാർക്സിന്റെ സൂക്ഷ്മ ജ്ഞാനം അദ്ദേഹത്തിന്റെ സന്മാർഗ്ഗനിഷ്ഠയുടെ മഹത്വത്തെ പ്രകാശിപ്പിക്കുന്നു. കുലീനകുടുംബത്തിൽ ജനിച്ചു വിദ്യാഭ്യാസം ചെയ്തു ശ്രേഷ്ഠമായ പുരുഷാർത്ഥത്തെ വരിച്ചിരുന്ന അദ്ദേഹ ത്തിനു അധമജാതിജന്മാരായ കൂലവേലക്കാരുടെ ഉന്നമന ത്തെപ്പറ്റി താൽപ്പര്യം വെയ്ക്കാതിരിക്കാമായിരുന്നു. വേലക്കാരെ കരയ്ക്കു കയറ്റേണ്ടുന്ന ഭാരം മുഴുവൻ മറ്റുള്ളവർ വഹിക്കട്ടെ എന്നു ഉപേക്ഷിക്കാമായിരുന്നു. എന്നാൽ, മാർക്സ്, തനിക്കു അതിലൊരു കടമ ഉണ്ടെന്നു ബോധിക്കയും സാധാരണ ജനങ്ങളെ പ്രേമം കൊണ്ടും സമഭാവനകൊണ്ടും വശപ്പെടുത്തി നടത്തുവാൻ കഴിയുമെന്നു കാണുകയും ചെയ്തു. മാർക്സാകട്ടെ ഇതരന്മാർ ചവിട്ടിത്താഴ്ത്തിക്കളഞ്ഞിട്ടുള്ള കൂലിവേലക്കാർക്കു മഹത്തായ ഒരാശയെ ഉജ്ജ്വലിപ്പിച്ചു. മഹത്തായ ഒരുദ്ദേശ്യത്തെ ഉപദേശിക്കയും ചെയ്തു. ഇതുനിമിത്തം, യൂറോപ്പിൽ സമുദായ സ്വാതന്ത്ര്യത്തിന്റെ ബീജവും നട്ടു. അതിപ്പോൾ എത്രയോ വലിയ മരമായിത്തീർന്നിരിക്കുന്നു. ഈ കാര്യങ്ങൾ അദ്ദേഹം ചെയ്ത ശ്രമങ്ങളെ ഭവിഷ്യൽസന്തതികൾ കൂടെ സ്മരിക്കുമെങ്കിൽ അദ്ദേഹത്തോടൊന്നിച്ചു ഇതിലേക്കായി കഷ്ടങ്ങൾ അനു ഭവിച്ചിരുന്ന ഭാര്യയായ ജെന്നി എന്ന സ്ത്രീരത്നത്തെയും, അവരുടെ സന്താനങ്ങളേയും മറക്കുവാൻ സാധിക്കുകയില്ല, നിശ്ചയം, ഒരിക്കലും മറക്കരുത് താനും, കൂലിവേലക്കാരുടെ ദാസ്യവും ദാരിദ്ര്യവും നാമാവശേഷമാകുകയും, കോടി ശ്വരന്മാരുടെ മൂലധനപ്രഭാവം അതിന്റെ പ്രേതാലയം അടയു കയും ചെയ്യുന്ന കാലത്തും, അതിന്നപ്പുറവും, മനുഷ്യർക്കു ചാരിതാർത്ഥ്യത്തോടു കൂടി സ്മരിക്കുവാൻ വിഷയമായ ഏതാനും

ആളുകളുണ്ടു; ഇവർ അധർമ്മമാർജ്ജന കൃത്യത്തിൽ പട്ടിണി കൊണ്ടു തളർന്നു വീണു കഷ്ടപ്പെട്ടിട്ടും കൂടി പിൻതിരിയാതെ സർവ്വാത്മനാ പ്രയത്നിച്ചിരുന്ന മാർക്സും ഭാര്യയും കൂട്ടരുമത്രേ. തന്റെ ഭർത്താവിന്റെ ധർമ്മകർമ്മങ്ങളിൽ സഹധർമ്മിണിചാ രിണിയായിരുന്നു. സർവ ക്ലേശങ്ങളെയും സഹിച്ചു, ധർമ്മസ്ഥാപ നാർത്ഥം ദാരിദ്ര്യ പിശാചികയ്ക്കു തന്റെ രണ്ടു അരുമസ്സന്താന ങ്ങളെയും ബലികഴിച്ച ആ സാധ്വിയായ മാതാവിന്റെ ധീരകൃത്യങ്ങ ളെപ്പറ്റി മാതാക്കന്മാർ ഗാനം ചെയ്യട്ടേ! തങ്ങളുടെ മാതാപിതാക്ക ന്മാരെ സ്വകൃത്യങ്ങളിൽ അസഹ്യപ്പെടുത്താതെ, ക്ഷമയോടുകൂടി കഷ്ടപ്പാടുകൾ സഹിച്ചു, ഉല്ലാസശീലത്താൽ അവരുടെ ഉത്സാഹശക്തിയെ അക്ഷതമാക്കി വെച്ചു ഗൃഹത്തിൽ ആനന്ദം വളർത്തിയിരുന്ന കുട്ടികളുടെ ചരിതങ്ങൾ ശ്രവിച്ചു ബാലികാ ബാലകന്മാർ നൃത്തം ചെയ്യട്ടേ! 'പരോപകാരാർത്ഥമിദം ശരീരം' എന്ന പ്രമാണത്തിനു ദൃഷ്ടാന്തമാകും പ്രകാരത്തിൽ ജീവിതയാ പനം ചെയ്തിരുന്ന ഇവരുടെയൊക്കെ ആത്മത്യാഗസ്വഭാവം, ലോകത്തിൽ, എന്നൊക്കെ ആശംസിക്കയല്ലാതെ, മറ്റെന്താണു ഈ പ്രബന്ധകർത്താവിനാൽ ഇപ്പോൾ സാധ്യമാവുന്നത്?